തുടിക്കുന്ന താളുകൾ

ചങ്ങമ്പുഴയുടെ ആത്മകഥ

thudikunna thalikal
(autobiography)

•

changanpuzha krishnapillai

•

first chintha edition
april 2019

•

typesetting
info needs, kariyam

•

published
chintha publishers, thiruvananthapuram

•

cover
ambish

വിതരണം

ദേശാഭിമാനി ബുക്ക് ഹൗസ്

H O തിരുവനന്തപുരം-695 035
phone: 0471-2303026, 6063026
www.chinthapublishers.com
chinthapublishers@gmail.com

ബ്രാഞ്ചുകൾ

ഹെഡ്ഡാഫീസ് ബ്രാഞ്ച് കുന്നുകുഴി • സ്റ്റാച്യു തിരുവനന്തപുരം • കെ എസ് ആർ ടി സി ബസ് സ്റ്റേഷൻ ആലപ്പുഴ • കെ എസ് ആർ ടി സി ബസ് സ്റ്റേഷൻ എറണാകുളം • മച്ചിങ്ങൽ ലെയ്ൻ തൃശൂർ • ഐ ജി റോഡ് കോഴിക്കോട് • മാവൂർ റോഡ് കോഴിക്കോട് • എൻ ജി ഒ യൂണിയൻ ബിൽഡിങ് കണ്ണൂർ • സെൻട്രൽ ബസ് ടെർമിനൽ കോംപ്ലക്സ് താവക്കര കണ്ണൂർ

CO - 2781 / 5001
ISBN - 978-93-88485-41-8

തുടിക്കുന്ന താളുകൾ

ചങ്ങമ്പുഴയുടെ ആത്മകഥ

ചങ്ങമ്പുഴ കൃഷ്ണപിള്ള

ചിന്ത പബ്ലിഷേഴ്സ്
തിരുവനന്തപുരം-695 035

ചങ്ങമ്പുഴ കൃഷ്ണപിള്ള

1911 ഒക്ടോബർ 11 ന് ഇടപ്പള്ളി ചങ്ങമ്പുഴവീട്ടിൽ പാറുക്കുട്ടിയമ്മയുടേയും മട്ടാഞ്ചേരി തെക്കേടത്ത് നാരായണ മേനോന്റെയും മകനായി ജനിച്ചു. ഇടപ്പള്ളി ഗവൺമെന്റ് പ്രൈമറി സ്കൂൾ, ഇടപ്പള്ളി കൃഷ്ണവിലാസം ഇംഗ്ലീഷ് മിഡിൽ സ്കൂൾ, ആലുവ സെന്റ്മേരീസ് ഹൈസ്കൂൾ, മഹാരാജാ സ്കൂൾ എന്നിവിടങ്ങളിൽ സ്കൂൾ വിദ്യാഭ്യാസം. 1934 ൽ ഇ വി കൃഷ്ണപിള്ളയുടെ അവതാരികയോടുകൂടി *ബാഷ്പാഞ്ജലി* പ്രസിദ്ധീകരിച്ചു. 1936 ൽ എറണാകുളം മഹാരാജാസിൽ ഇന്റർമീഡിയറ്റിന് ചേർന്നു. ഇക്കാലത്താണ് പ്രിയസുഹൃത്തായ ഇടപ്പള്ളി രാഘവൻ പിള്ള ആത്മഹത്യ ചെയ്തത്. തുടർന്ന് *രമണൻ* രചിച്ചു. ഇന്റർമീഡിയറ്റ് കഴിഞ്ഞ് തിരുവനന്തപുരം ആർട്സ് കോളേജിൽ ബി എ ഓണേഴ്സിന് ചേർന്നു. ഇക്കാലത്ത് ശ്രീദേവിയെ വിവാഹം കഴിക്കുകയുണ്ടായി. ഓണേഴ്സ് പാസായതിനുശേഷം സഹപാഠികളായിരുന്ന ഇഗ്നേഷ്യസ്, മാത്യു ഇടിക്കുള, ഗുപ്തൻ നായർ എന്നിവരോടൊപ്പം കായംകുളം എക്സൽസിയർ എന്ന ട്യൂട്ടോറിയൽ കോളേജിൽ നാലുമാസക്കാലം അദ്ധ്യാപകനായി പ്രവർത്തിച്ചു. തുടർന്ന് മിലിട്ടറി അക്കൗണ്ട്സ് വിഭാഗത്തിൽ പൂനയിലും കൊച്ചിയിലും ജോലിനോക്കി. 1945 ൽ ജോലി രാജിവെച്ച്, മദ്രാസിൽ നിയമപഠനത്തിന് ചേർന്നെങ്കിലും പൂർത്തിയാക്കിയില്ല. തിരികെവന്ന് *മംഗളോദയ*ത്തിൽ രണ്ടുവർഷത്തോളം പത്രാധിപസമിതി അംഗമായി, തൃശൂരിൽ കുടുംബസമേതം താമസിച്ചു. ഇക്കാലത്താണ് ക്ഷയരോഗബാധിതനായത്. തുടർന്ന് ഇടപ്പള്ളിക്ക് മടങ്ങി. വീട്ടിൽ നിന്നും അകന്നുമാറി ഒരു കുടിൽകെട്ടി താമസിച്ചു. കേരളത്തിൽനിന്നും വിദൂരദേശങ്ങളിൽനിന്നുപോലും സഹൃദയർ കവിയുടെ ചികിത്സാർത്ഥം പണമയച്ചുകൊടുത്തിരുന്നു. എന്നാൽ രോഗം വഷളായതിനെത്തുടർന്നു 1948 ൽ ജൂൺ 17 ന് തൃശൂർ മംഗളോദയം നഴ്സിങ്ഹോമിൽവച്ച് അന്തരിച്ചു.

ഉള്ളടക്കം

തുടിക്കുന്ന താളുകളെപ്പറ്റി... 7
ആദ്യ പതിപ്പിന് ശ്രീദേവി ചങ്ങമ്പുഴ എഴുതിയ മുഖവുര 9
പ്രസ്താവന 11
ഡയറിക്കുറിപ്പുകൾ 13
ആത്മകഥ 52
ചന്ദനവല്ലിയിൽ ചുറ്റിയ കാട്ടുവള്ളിയുടെ പാട്ട് 95
ക്ഷമാപണം
ചങ്ങമ്പുഴ കൃഷ്ണപിള്ള എം എ 96
അവസാനം എഴുതിയ കവിത 97
പ്രധാനപ്പെട്ട മുഖവുരകൾ
രമണന്റെ സമർപ്പണം
സ്മാരകമുദ്ര 101
സങ്കല്പകാന്തിയുടെ മുഖവുര 102
മോഹിനി 114
ദേവത - മുഖവുര 120

പ്രസാധകക്കുറിപ്പ്

ചങ്ങമ്പുഴയോളം മലയാളികൾ നെഞ്ചേറ്റിയ മറ്റൊരു കവി മലയാളത്തിലുണ്ടായിട്ടില്ല. ചങ്ങമ്പുഴയുടെ ജീവിത കാലത്തുതന്നെ അദ്ദേഹം ഇതിഹാസപുരുഷനായി. ഉറ്റ ചങ്ങാതിയും കവിയുമായിരുന്ന ഇടപ്പള്ളി രാഘവൻ പിള്ളയുടെ ആത്മഹത്യ ചങ്ങമ്പുഴയെ വല്ലാതെ ഉലച്ചു. ഇടപ്പള്ളിയുടെ മരണമാവാം *രമണൻ* എന്ന വിലാപകാവ്യത്തിനു പിന്നിൽ. കാല്പനിക പ്രസ്ഥാനം മലയാള കവിതയിൽ അനുരണനങ്ങൾ സൃഷ്ടിച്ച കാലത്താണ് അതിന്റെ ഉത്തുംഗതയിലേക്ക് ചങ്ങമ്പുഴ അനുവാചകരെ കൊണ്ടുപോയത്. മലയാളിയുടെ നാവിൻ തുമ്പിൽ ചങ്ങമ്പുഴ കവിതകൾ തത്തിക്കളിച്ചു. കാതോടുകാതോരം പകർന്നു നല്കപ്പെട്ടു. പണ്ഡിതർ മുതൽ സാധാരണ വീട്ടമ്മമാർവരെ അതേറ്റു പാടി. ജന്മിത്തവും ജാതിവ്യവസ്ഥയും തീർത്ത സങ്കീർണ്ണതകളെ 'വാഴക്കുല' എന്ന കവിതയിലൂടെ ആവിഷ്കരിച്ചു. കാല്പനികനെന്ന തടവിൽനിന്നും വിപ്ലവകാരിയായ കവിയായി പരിണമിക്കുന്ന ഘട്ടത്തിലാണ് ക്ഷയരോഗം ആ മഹാപ്രതിഭയെ അപഹരിച്ചത്. തന്റെ വ്യക്തിജീവിതത്തിലും സാമൂഹികജീവിതത്തിലും അനുഭവിച്ച സംഘർഷങ്ങളുടെ ആവിഷ്കാരമാണ് *തുടിക്കുന്ന താളുകൾ*. ഈ പുസ്തകത്തിന്റെ ചിന്ത പതിപ്പ് പുറത്തിറക്കാനായതിൽ ഞങ്ങൾക്ക് സന്തോഷമുണ്ട്.

ചിന്ത പബ്ലിഷേഴ്സ്

തുടിക്കുന്ന താളുകളെപ്പറ്റി...

ഒരു മഹാത്ഭുതമാണ് മഹാകവി ചങ്ങമ്പുഴ കൃഷ്ണപിള്ള. ഹ്രസ്വമെങ്കിലും കാമ്പുറ്റ ജീവിതം. പതിനെട്ടുവർഷത്തിനിടയിൽ അൻപത്താറു ഗ്രന്ഥങ്ങളാണ് അദ്ദേഹം രചിച്ചിരിക്കുന്നത്. എഴുതിയ ഓരോ വരിയിലും വാക്കിലും മൗലികപ്രതിഭയുടെ മഹാസ്പർശം ബോദ്ധ്യപ്പെടുകയും ചെയ്യും.

ചങ്ങമ്പുഴയെ ഒരു കവിയായിമാത്രം കാണുകയും മറ്റ് വ്യക്തിത്വം ശ്രദ്ധിക്കാതിരിക്കുകയും ചെയ്തതിലൂടെ അദ്ദേഹത്തിന്റെ യഥാർത്ഥ മഹത്ത്വത്തിലേക്ക് എത്തിച്ചേരാൻ പില്ക്കാല പഠിതാക്കൾക്ക് സാധിച്ചുവോ എന്ന് സംശയമാണ്. കവിതയ്ക്ക് പുറമേ നോവൽ, ചെറുകഥ, നിരൂപണം, നാടകം തുടങ്ങി ഗദ്യമേഖലയിലും അദ്ദേഹം ഗൗരവത്തോടെ വ്യാപരിക്കുകയും മലയാളസാഹിത്യത്തിൽ സവിശേഷമാംവിധം സംഭാവന നല്കുകയും ചെയ്തിട്ടുണ്ടെന്ന് ഇന്ന് എത്രപേർക്ക് അറിവുണ്ടാകും?

അപൂർണ്ണമെങ്കിലും *തുടിക്കുന്ന താളുകൾ* എന്നപേരിൽ ഒരു ആത്മകഥയും അദ്ദേഹം രചിച്ചിട്ടുണ്ട്. ആത്മകഥാരചനയ്ക്ക് സവിശേഷ മാതൃകയായി ഈ കൃതി കണക്കാക്കാവുന്നതാണെന്ന് തോന്നുന്നു. കാരണം അത്രയ്ക്ക് ഋജുവും സത്യസന്ധവും ലളിതവുമായ പ്രതിപാദനവും, ആത്മകഥകളിൽ പൊതുവെ കണ്ടിട്ടില്ലാത്ത ആത്മാർത്ഥതയും ഇതിൽ തെളിഞ്ഞുകാണാം. അദ്ദേഹത്തിന് കുറച്ചുകൂടി എഴുതാൻ സാധിച്ചിരുന്നെങ്കിൽ എന്ന് വായിക്കുന്നവർക്ക് തോന്നിപ്പോകും.

സ്വരരാഗസുധ പബ്ലിക്കേഷൻസ് എന്നപേരിൽ ഒരു പ്രസിദ്ധീകരണശാല തുടങ്ങണമെന്ന് ചങ്ങമ്പുഴ വളരെ ആഗ്രഹിച്ചിരുന്നു. രോഗശയ്യയിൽ തന്നെ കാണാൻവരുന്ന പലരോടും അദ്ദേഹം ഇക്കാര്യം പറഞ്ഞിട്ടുണ്ട്. കോവിലനെപ്പോലുള്ളവർ ഇപ്പോഴും അതോർക്കുന്നു. അക്കാലത്ത് ചിലർക്കെഴുതിയ കത്തുകളിലും ഇത് സൂചിപ്പിച്ചിട്ടുണ്ട്. എന്നാൽ അതൊന്നും സാധിച്ചില്ല. അതിനൊന്നും അനുവദിക്കാതെ കാലം അദ്ദേഹത്തെ കവർന്നെടുത്തു.

അദ്ദേഹം മരിച്ച് ഒരു വ്യാഴവട്ടത്തിനുശേഷം അതേപേരിൽ ശ്രീദേവി ചങ്ങമ്പുഴയുടെ നേതൃത്വത്തിൽ പലരുടേയും ഉത്സാഹംകൊണ്ട് പുസ്തകപ്രസിദ്ധീകരണം തുടങ്ങാൻ സാധിച്ചു. 1961 ൽ അവരുടെ ആദ്യ പുസ്തകം പുറത്തുവന്നു. അതാണ് *തുടിക്കുന്ന താളുകൾ*.

ശ്രീദേവി ചങ്ങമ്പുഴയുടെ സഹോദരീഭർത്താവ് പോട്ടയിൽ എൻ ജി നായരാണ് ഈ ഗ്രന്ഥം സംശോധിച്ച് പ്രസിദ്ധീകരിക്കാൻ മുൻകൈ എടുത്തത് എന്ന് പ്രത്യേകം പറഞ്ഞുകൊള്ളട്ടെ. എന്റെ അച്ഛൻ ശ്രീകുമാർ ചങ്ങമ്പുഴയും ഉത്സാഹത്തോടെ അദ്ദേഹത്തോടൊപ്പം ഉണ്ടായിരുന്നു. എന്തായാലും മൂന്നുനാല് പുസ്തകങ്ങൾ 'സ്വരരാഗസുധ' പുറത്തിറക്കി. പുസ്തകപ്രസാധന-വിതരണ-വിപണനരംഗത്ത് മത്സരിച്ച് പിടിച്ചുനില്ക്കുവാൻ ഇവർക്കായില്ലെങ്കിലും *തുടിക്കുന്ന താളുകൾ*ക്ക് ആവശ്യക്കാർ ഏറെ ഉണ്ടായിരുന്നു. പക്ഷേ, കിട്ടാനുണ്ടായിരുന്നില്ല.

കുറേ വർഷങ്ങൾക്കുശേഷം ചങ്ങമ്പുഴയുടെ സഹോദരപുത്രൻ പ്രഫുല്ലചന്ദ്രൻ ഈ ഗ്രന്ഥത്തിന്റെ പകർപ്പവകാശം വാങ്ങുകയും ഒരു പതിപ്പ് ഇറക്കുകയും ചെയ്തു. വളരെപ്പെട്ടെന്ന് വിറ്റുപോയെങ്കിലും അദ്ദേഹവും ഇതുമായി കൂടുതൽ മുന്നോട്ടുപോയില്ല.

ഒരു നോട്ടുപുസ്തകത്തിൽ എഴുതിവച്ചിരുന്ന ആത്മകഥാകുറിപ്പുകളും ചില ദിനസരിക്കുറിപ്പുകളും ചില കവിതകളുടെ കൈയെഴുത്തു മാതൃകകളും ചേർന്നതാണ് ഈ പുസ്തകം. "ഒരുപക്ഷേ, മലയാളത്തിൽ ഇദംപ്രഥമമായിട്ടായിരിക്കാം ഇങ്ങനെ ഒരു പുസ്തകം പ്രസിദ്ധീകരിക്കുന്നത്" എന്ന് ഒന്നാംപതിപ്പിൽ പ്രസാധകർ അവകാശപ്പെടുന്നുണ്ട്.

തുടിക്കുന്ന താളുകളിൽ എടുത്തുചേർത്തിരിക്കുന്ന ഡയറിക്കുറിപ്പുകൾ അദ്ദേഹത്തിന്റെ വ്യക്തിജീവിതത്തിലേതെന്നപോലെ കാവ്യജീവിതത്തിലേയും നിർണ്ണായകസന്ദർഭങ്ങളാണ്. 1942 മുതൽ 1944 വരെയുള്ള ചില ദിനങ്ങളിലെ കുറിപ്പുകളാണിതിലുള്ളത്. സാമൂഹ്യചരിത്രത്തിൽ വളരെ പ്രാധാന്യമർഹിക്കുന്ന ഈ കാലത്താണ് വ്യക്തിജീവിതത്തിൽ അദ്ദേഹം ഏറെ മനഃസംഘർഷം അനുഭവിച്ചിരുന്നതും *സ്പന്ദിക്കുന്ന അസ്ഥിമാടം, പാടുന്നപിശാച്* തുടങ്ങിയ പ്രധാന കൃതികളെല്ലാം രചിക്കുന്നതും. ആത്മകഥാക്കുറിപ്പിലും അദ്ദേഹത്തിന്റെ വ്യക്തിപ്രഭാവത്തിന്റെ അംശം നമുക്ക് കണ്ടെത്താനാകും. ഹൃദയത്തിന്റെ വൈകാരികമായ നൈർമ്മല്യവും സത്യസന്ധതയും അതിൽ തെളിഞ്ഞുകാണാമെന്നത് വരുംകാല കാവ്യപഠിതാക്കൾക്ക് ഒരു ചൂണ്ടുപലകയാകുമെന്നതിൽ സംശയമില്ല.

അതുകൊണ്ടുതന്നെ ഈ പുസ്തകം ചങ്ങമ്പുഴകൃതികളിൽ വളരെ പ്രാധാന്യമർഹിക്കുന്ന ഒന്നാണ്. ഏറെനാളായി വിപണിയിൽ ലഭ്യമല്ലാതിരുന്ന ഈ ഗ്രന്ഥത്തിന്റെ പ്രസാധനം ഏറ്റെടുത്ത് നടത്തുന്നതിൽ കവിയുടെ അനന്തരതലമുറയിലെ വ്യക്തി എന്ന നിലയിലും ഒരു സാഹിത്യാസ്വാദകൻ എന്ന നിലയിലും അനല്പമായ ആഹ്ളാദമുണ്ട്.

ആശംസകളോടെ

ഹരികുമാർ ചങ്ങമ്പുഴ

ആദ്യ പതിപ്പിന് ശ്രീദേവി ചങ്ങമ്പുഴ എഴുതിയ മുഖവുര

സ്വരരാഗസുധ പബ്ലിക്കേഷൻസ് എന്നപേരിൽ ഒരു പ്രസിദ്ധീകരണശാല ഇടപ്പള്ളിയിൽ ആരംഭിക്കണമെന്ന് മഹാകവി ചങ്ങമ്പുഴ ആഗ്രഹിച്ചിരുന്നതായി, അദ്ദേഹത്തിന്റെ ചിലകൃതികളുടെ കൈയെഴുത്തുപ്രതികളിൽനിന്നും ഞങ്ങൾക്ക് മനസ്സിലാക്കാൻ സാധിച്ചിട്ടുണ്ട്. സഫലീകൃതമാകാതെപോയ ആ ഉദ്ദേശം സാധിക്കുവാനുള്ള ഉദ്യമത്തിൽ ഞങ്ങൾ ഏർപ്പെട്ടുകൊണ്ടിരിക്കുകയാണ്. അതിന്റെ പ്രഥമോപഹാരമായ, *തുടിക്കുന്ന താളുകൾ* ഇന്നിതാ ഞങ്ങൾ ബഹുജനസമക്ഷം അവതരിപ്പിച്ചുകൊള്ളുന്നു.

സ്മര്യപുരുഷന്റെ; അപൂർണ്ണമെങ്കിലും ആത്മാർത്ഥതയും സത്യസന്ധതയും തുളുമ്പിനില്ക്കുന്ന ആത്മകഥയും, അദ്ദേഹത്തിന്റെ ഡയറിക്കുറിപ്പുകളിൽ ചിലതും, കവിതകളുടെ കൈയെഴുത്തുമാതൃകകളും മറ്റും ചേർന്നതാണ് ഈ തുടിക്കുന്ന താളുകൾ. ഒരുപക്ഷേ, മലയാളത്തിൽ ഇദംപ്രഥമമായിട്ടായിരിക്കാം ഇങ്ങനെ ഒരു പുസ്തകം പ്രസിദ്ധീകരിക്കപ്പെടുന്നത്.

ചങ്ങമ്പുഴകൃതികളിൽ പലതും, ഇന്നുകിട്ടാനില്ല. അവയും, അദ്ദേഹത്തിന്റെ അപ്രകാശിതങ്ങളായ ഇതരകൃതികളും തെരഞ്ഞെടുത്ത കൃതികളുടെ സമാഹാരങ്ങളും മറ്റും ഉടനെ പ്രസാധനം ചെയ്യണമെന്നാണ് ഞങ്ങളുടെ ആഗ്രഹം.

സർവ്വോപരി അദ്ദേഹത്തിന്റെ ജീവചരിത്രം പ്രസിദ്ധീകരിക്കുവാനുള്ള ശ്രമത്തിൽ ഞങ്ങൾ ഏർപ്പെട്ടിരിക്കുകയാണ്. മഹാകവിയെ സംബന്ധിക്കുന്ന വിവരങ്ങളും സംഭവങ്ങളും എഴുതി അയച്ചുതന്ന് ഞങ്ങളെ സഹായിക്കുവാൻ അദ്ദേഹത്തിന്റെ സഹപ്രവർത്തകരും, സുഹൃത്തുക്കളും, ആരാധകരും ആയ സഹൃദയരോട് അഭ്യർത്ഥിക്കുവാൻ ഈ

അവസരം വിനിയോഗിച്ചുകൊള്ളട്ടെ.

സ്വരരാഗസുധയെ സ്നേഹിക്കുന്ന അനുവാചകലോകം ഞങ്ങളുടെ സംരംഭങ്ങളെ സർവ്വാത്മനാ സഹായിക്കുമെന്ന് പ്രതീക്ഷിച്ചുകൊള്ളുന്നു.

എന്ന്,

ഇടപ്പള്ളി സ്വരരാഗസുധ പബ്ലിക്കേഷൻസിനുവേണ്ടി

1-5-61 **ശ്രീദേവി ചങ്ങമ്പുഴ**

പ്രസ്താവന

ശരിയായിരിക്കാം-ഈ ലോകമേറ്റം
നിരുപമാനന്ദദമായിരിക്കാം;

പ്രബലപ്രതാപാദിജീവിതമാം
നറുപാല്ക്കടലിൻ തരംഗമാകാം;-

ഹതഭാഗ്യൻ ഞാൻ പക്ഷേ, കണ്ടതെല്ലാം
പരിതാപാച്ഛാദിതമായിരുന്നു!-

സതതമെൻ കാതിൽ പതിച്ചതെല്ലാം
കരുണതൻ രോദനമായിരുന്നു!

എരിയുമെന്നാത്മാവിലേറ്റതെല്ലാം
ചുടുനെടുവീർപ്പുകളായിരുന്നു.

പരമാർത്ഥസ്നേഹത്തിനായൊരെന്റെ
പരിദേവനങ്ങളും പാഴിലായി.

ഇനിയും വെളിച്ചം വരാത്തമട്ടി-
ലിരുളിൽക്കിടന്നു ഞാൻ വീർപ്പുമുട്ടി,

എവിടേക്കു പോകും, ഞാനെന്തു ചെയ്യും?
അവനിയിലാരെന്നെയുദ്ധരിക്കും?

ഇതുവിധമോരോരോ ചിന്തകളോ-
ടൊരുമിച്ചിരുന്നെൻ വിജനതയിൽ,

അതികദനാകലിതാത്മനായ് ഞാ-
നറിയാതെ പൊട്ടിക്കരഞ്ഞുപോയി!

ഒരു യുവമാനസമെങ്കിലുമെൻ-
മിഴിനീരിലല്പമലിഞ്ഞുവെങ്കിൽ,

അതുമാത്രമാണെൻ പരമഭാഗ്യം
അതുമാത്രമാണെന്റെ ചാരിതാർത്ഥ്യം!

ഇടപ്പള്ളി
26-9-1934

ചങ്ങമ്പുഴ കൃഷ്ണപിള്ള
(*ബാഷ്പാഞ്ജലി*ക്കെഴുതിയ പ്രസ്താവന)

ഡയറിക്കുറിപ്പുകൾ

"വീട്ടിലില്ലാനന്ദം നാട്ടിലില്ലാനന്ദം
വീർപ്പുമുട്ടീടുന്നിതെൻ ഹൃദന്തം"

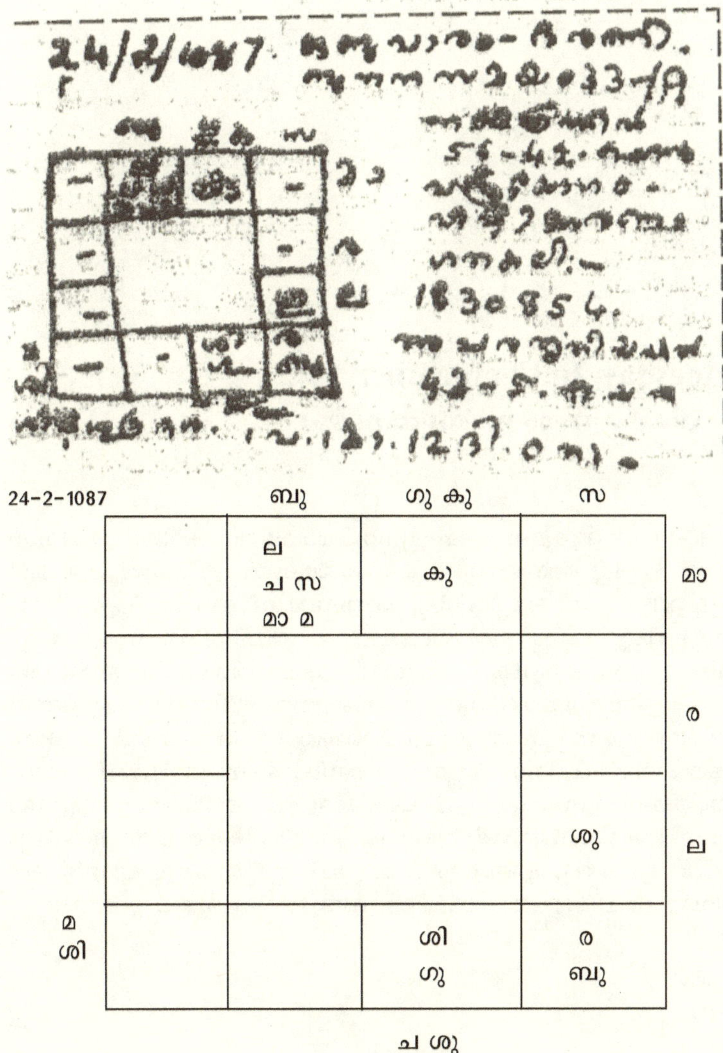

കുജവാരം-ഭരണി ജനനസമയം-33-19

നക്ഷത്രത്തിൽ-56-42 ചെന്നു വജ്രയോഗം, വിഷ്ടിക്കരണം

ഗതകലി-1830854 അപരതൃതീയയിൽ 43-5 ചെന്നു

ശിഷ്ടശുക്രദശ 1 വ. 1മാ. 12ദി. 0നാ.

(ചങ്ങമ്പുഴ സ്വന്തം കൈപ്പടയിൽ എഴുതിയതാണിത്.)

Wednesday 2nd September 1942

1118 ചിങ്ങം 17-ാംനു-ബുധനാഴ്ച

രാവിലെ ആറുമണിക്കെഴുന്നേറ്റു. അഷ്ടമിരോഹിണിയായിരുന്നതിനാൽ കുളിച്ച് അമ്പലത്തിൽ തൊഴാൻപോയി. ത്രിമധുരം വഴിപാടു കഴിച്ചു. വീട്ടിൽവന്ന് കാപ്പികുടിച്ചു. പന്ത്രണ്ടുമണിവരെ വായിച്ചു. പിന്നീട് ഊണുകഴിച്ചു. പരിപ്പുവടയുണ്ടാക്കുവാൻ അമ്മിണിയെ സഹായിച്ചു. വൈകുന്നേരം കാപ്പികുടികഴിഞ്ഞ് നടക്കാൻപോയി. സന്ധ്യക്ക് തേവൻകുളങ്ങര ഡോക്ടറുടെ ഡിസ്പെൻസറിയിൽവന്ന് കൃഷ്ണൻകുട്ടിമേനവനുമായി സംസാരിച്ചുകൊണ്ടിരുന്നു. ചന്ത്രത്തിൽ കൃഷ്ണപിള്ളയും വന്നുചേർന്നു. എല്ലാവരും ഒന്നിച്ച് അമ്പലത്തിലേക്ക് പോയി. അമ്പലത്തിൽ അസംഖ്യം യുവതികൾ ദേവദർശനത്തിനായി വന്നിട്ടുണ്ടായിരുന്നു. മടങ്ങിവന്ന് ഡോക്ടറുമൊന്നിച്ച് വീട്ടിലേക്കു പോന്നു. കാപ്പിയും പലഹാരവും കഴിച്ച് ഏതാനും കത്തുകൾ എഴുതുകയും പിന്നീട് ഒരു മണിവരെ വായിക്കുകയും ചെയ്തു. രണ്ടുമണിക്കുമുൻപ് ഉറങ്ങി.

ഇടപ്പള്ളി
17-1-118

ഒപ്പ്

Saturday 5th September 1942
1118 ചിങ്ങം 20-ാംനു-ബുധനാഴ്ച

അതിരാവിലെ എഴുന്നേറ്റ് കുളിയും കാപ്പികുടിയും കഴിഞ്ഞ് റിക്ഷയിൽ തൃപ്പൂണിത്തുറയ്ക്കുതിരിച്ചു. പത്മനാഭമേനവന്റെ വീട്ടിൽ (വെമ്പളാശ്ശേരിയിൽ) കയറി. അദ്ദേഹവുമൊന്നിച്ചു പാലസിലേക്കുപോയി. മി. രഘുനന്ദനമേനവനെ കണ്ടു. 'സങ്കല്പകാന്തി' സമ്മാനിച്ചു. കൊച്ചിയിൽ ഒരു Archaeological Assistant ന്റെ ഉദ്യോഗം വാങ്ങിത്തരുവാൻ സഹായിക്കാമെന്ന് അദ്ദേഹം പറഞ്ഞു. അവിടെനിന്നും പത്തുമണിക്കിറങ്ങി മി. പത്മനാഭമേനവനും ഒന്നിച്ച് രാജാപ്രസ്സിൽചെന്നു മംഗളപത്രം അച്ചടിപ്പിച്ചു. ഉച്ചതിരിഞ്ഞ് നേത്യാരമ്മയെ കണ്ടു. അവിടെനിന്നു കാപ്പി കുടിച്ചു. മൂന്നു മണിക്കൂർനേരം നേത്യാരമ്മയുമായി സംസാരിച്ചു. ഫലിതമയവും ധാരാവാഹിയും സ്വാരസ്യസമ്പൂർണ്ണവുമായിരുന്നു ആ മഹതിയുടെ സംസാരം. പോരാൻകാലത്ത് എനിക്ക് 'ഓണപ്പുടവ' സമ്മാനിച്ചു. സന്ധ്യക്ക് അവിടെനിന്ന് തിരിച്ചു. വഴിക്കുവെച്ച് അയ്യനാട്ടു കൃഷ്ണപിള്ളയെ കണ്ടു മുട്ടി. അദ്ദേഹത്തേയും റിക്ഷയിൽകയറ്റി ഇടപ്പള്ളിയിലേക്കുപോന്നു. ഊണുകഴിഞ്ഞു പത്തരമണിക്കുറങ്ങി.

ഇടപ്പള്ളി
20-1-118

ഒപ്പ്

Tuesday 8th September 1942
1118 ചിങ്ങം 23-ാംനു-ചൊവ്വാഴ്ച

രാവിലെ കാപ്പികുടികഴിഞ്ഞ് തേവൻകുളങ്ങരയ്ക്കുപോയി. തിരിച്ചു വന്ന് ഉച്ചയ്ക്ക് ഒരുമണിവരെ വായിച്ചു. ഗർഭമുള്ളതിനാൽ കോഴിമുട്ട ഉപയോഗിക്കരുതെന്ന് അമ്മിണി(wife)യെ വിലക്കിയിരുന്നു. ഞാനറിയാതെ സൂത്രത്തിൽ അവൾ ഇന്നത് ഉപയോഗിച്ചതായി അറിഞ്ഞു. വഴക്ക് പറഞ്ഞു. കാപ്പികുടിക്കാതെ വെളിയിലേക്ക് പോയി. സന്ധ്യക്കു മടങ്ങിവന്നു. അമ്മിണി ഉണ്ണാൻ വിളിച്ചിട്ടു ചെന്നില്ല. കാപ്പിയും പലഹാരവും കൊണ്ടുവന്നിട്ട് അതും ഉപയോഗിച്ചില്ല. യാതൊന്നും കഴിക്കാതെ, വെറും പട്ടിണികിടന്നു. രാത്രി പത്തുമണിയോടുകൂടി ഉറങ്ങി. അമ്മിണിയോട് ഒന്നുംമിണ്ടിയില്ല.

ഇടപ്പള്ളി
23-1-18

ഒപ്പ്

Wenesday 9th September 1942

1118 ചിങ്ങം 24-ാംനു-ബുധനാഴ്ച

രാവിലെ ഉണർന്നു. അമ്മിണി കാപ്പികുടിക്കാൻ വിളിച്ചിട്ടുചെന്നില്ല. നേരെ തേവൻകുളങ്ങരയ്ക്കു പോയി. രാജൻതിരുപ്പാടിന്റെ വൈദ്യശാലയിൽ കയറിയിരുന്നു. കടയിൽനിന്ന് കാപ്പിയും പലഹാരവും വരുത്തി കഴിച്ചു. മടങ്ങിവന്നു 12 മണിവരെ വായിച്ചു. പ്രഭാകരനെക്കൊണ്ട് ഒരുകപ്പു കാപ്പി വരുത്തിക്കുടിച്ചു. അമ്മിണി ഊണുകഴിക്കുവാൻവന്ന് നിർബ്ബന്ധിച്ചിട്ടും പോയില്ല. ഉച്ചയ്ക്ക് ഒന്നരമണിയോടുകൂടി അമ്മിണിയുമായി ശണ്ഠ കൂടി. വൈകുന്നേരം വീട്ടിൽനിന്ന് കാപ്പികുടിച്ചില്ല. നേരെ ഡോക്ടറുടെ ഡിസ്പെൻസറിയിൽചെന്നിരുന്നു. കടയിൽനിന്ന് കാപ്പിയും പലഹാരങ്ങളും വരുത്തിക്കഴിച്ചു. സന്ധ്യക്ക് മടങ്ങിവന്നു. വലിയക്ഷീണവും തളർച്ചയും വിശപ്പുമുണ്ടായിരുന്നു. അമ്മിണി ഉണ്ണാൻ വിളിച്ചു. ഭയങ്കരമായ വിശപ്പുണ്ടായിരുന്നുവെങ്കിലും വാശിപിടിച്ച് ഉണ്ണാതെകിടന്നു. "ആയില്യംമകം" എന്ന വിശേഷദിവസമായിരുന്നു. സദ്യ ഉണ്ടായിരുന്നു. എങ്കിലും നശിച്ചവാശി എന്നെ പട്ടിണിയിട്ടു. രാത്രി വിശപ്പുമൂലം ഉറക്കം വന്നില്ല. പത്തുമണിക്ക് പ്രഭാകരനെവിളിച്ച് ഒരു ഗ്ലാസ് പച്ചവെള്ളം വരുത്തിക്കുടിച്ചു. മൂന്നുദിവസമായി പാലും കുടിക്കാറില്ല. രാത്രി ഒരു മണിക്കുറങ്ങി.

ഇടപ്പള്ളി
24-1-18

ഒപ്പ്

Saturday 19th September 1942
1118 കന്നി 3-ാംനു-ശനിയാഴ്ച

Got up at 7.30. Kanji was not ready. Went to the dispensary. Have tea brought there. Returned at 9.30. Engaged in domestic labour till 12.30. Then took meals. Engaged again in domestic labours. Aunty came. Talked with her. Took tea at 4. Again attended domestic labours till 6.30. Took bath at 7.30. After supper quarrelled with Ammini,Mother and Servant Sivasankaran. All kept mute. Read till 12.30. Then lay down to sleep.

7-30ന് ഉണർന്നു. കഞ്ഞി തയ്യാറായിരുന്നില്ല. ഡിസ്പെൻസറിയിലേക്ക് പോയി. ചായ കൊണ്ടുവരുത്തിക്കുടിച്ചു. 9.30ന് തിരിച്ചുവന്നു. 12.30 വരെ ഗൃഹജോലികളിൽ ഏർപ്പെട്ടു. ഊണുകഴിച്ച് വീണ്ടും ഗൃഹജോലികളിൽ ഏർപ്പെട്ടു. അമ്മായിവന്നു. അവരുമായി സംസാരിച്ചു. വീണ്ടും 6.30 വരെ ഗൃഹജോലികൾ ചെയ്തു. 7.30 ന് കുളിച്ചു. അത്താഴംകഴിഞ്ഞ് അമ്മിണിയും അമ്മയും ഭൃത്യൻ ശിവശങ്കരനും മറ്റുമായി വഴക്കുകൂടി. എല്ലാവരും മിണ്ടാതിരുന്നു. 12.30 വരെ വായിച്ചു. എന്നിട്ട് ഉറങ്ങാൻ കിടന്നു.

ഒപ്പ് ഇട്ടിട്ടില്ല

Saturday 26th September 1942
1118 കന്നി 10-ാംനു-ശനിയാഴ്ച

ഏഴുമണിക്കുണർന്നു. കഞ്ഞികുടിച്ചു. പിന്നീട് എരിശ്ശേരിയും കാളനും പാകം ചെയ്യാൻ അമ്മിണിയേയും ശിവശങ്കരനേയും സഹായിച്ചു. കാളൻ ഞാൻ തന്നെയാണ് പാകം ചെയ്തത്. വളരെ നന്നായിട്ടുണ്ടെന്ന് എല്ലാവരും സമ്മതിച്ചു. ഊണുകഴിഞ്ഞു 3.30വരെ ഉറങ്ങി. ഉണർന്നെഴുന്നേറ്റു. കാപ്പികുടിച്ചു. അമ്മിണിയെ കുറച്ചു ദേഷ്യപ്പെട്ടു. അതിനുശേഷം ഏഴരമണിവരെ കള്ളപ്പം ഉണ്ടാക്കാൻ ഉത്സാഹിച്ചു. കള്ളപ്പത്തിനായി കൊണ്ടുവന്നിരുന്നതിൽ നാഴിയോളം കള്ള് ആരും കാണാതെ ഞാൻ ഉള്ളിലാക്കി. കുളികഴിഞ്ഞ് എട്ടരമണിക്ക് കാപ്പികഴിച്ചു. അപ്പുക്കുട്ടൻ (Brother-in-law) വന്നിട്ടുണ്ടായിരുന്നു. ഒന്നേമുക്കാൽ മണിവരെ ആത്മകഥ എഴുതി, പിന്നീട് കിടന്നുറങ്ങി.

ഇടപ്പള്ളി

ഒപ്പ്

Wenesday 7th October 1942
1118 കന്നി 21-ാംനു-ബുധനാഴ്ച

രാവിലെ ഏഴുമണിക്കുണർന്നു. കാപ്പികഴിഞ്ഞ് 12 മണിവരെ ജ്യോതിഷം പഠിച്ചു. ഊണ് കഴിഞ്ഞ് ടാഗോറിന്റെ *ഉദ്യാനപാലകൻ* വിവർത്തനം ചെയ്യാൻ തുടങ്ങി. രാത്രി എട്ടുമണിവരെ അതു തുടർന്നു കൊണ്ടിരുന്നു. മൂന്നുകവിതകൾ തർജ്ജമ ചെയ്യാൻ കഴിഞ്ഞു. അന്ന് അത്താഴംകഴിഞ്ഞ് ഒരുമണിവരെ വായിച്ചു. പിന്നീട് കിടന്നുറങ്ങി.

ഒപ്പ് ഇട്ടിട്ടില്ല

Friday 9th October 1942
1118 കന്നി 23-ാംനു-വെള്ളിയാഴ്ച

രാവിലെ ഏഴുമണിക്കുണർന്നു. കാപ്പികുടി കഴിഞ്ഞ് വായിച്ച് കൊണ്ടിരിക്കുമ്പോൾ അമ്മിണിക്ക് സുഖമില്ലാതായി. ആകസ്മികമായി അവൾക്കുണ്ടായ ഗർഭഛിദ്രം എന്നെ വല്ലാതെ പീഡിപ്പിച്ചു. ഉടൻതന്നെ അവളെ ഡോക്ടറുടെ അടുത്തുകൊണ്ടുപോയി. ഭയപ്പെടേണ്ടതായി ട്ടില്ലെന്നു ഡോക്ടർ തീർത്തുപറഞ്ഞപ്പോൾ അല്പം സമാധാനമായി. അവിടെനിന്നു തിരിച്ചുവന്ന് അമ്മിണിക്കുവേണ്ട പരിചര്യകളെല്ലാം ചെയ്തു. ഊണു കഴിഞ്ഞ് *ഉദ്യാനപാലകൻ* വിവർത്തനം ചെയ്തു. നാലുമണിക്ക് കാപ്പികുടിച്ചു. കൃത്യസമയങ്ങളിൽ അമ്മിണിക്കുവേണ്ട മരുന്നുകൾ കൊടുത്തുകൊണ്ടിരുന്നു. രാത്രി ഊണുകഴിഞ്ഞ് ഒരുമണി വരെ തർജ്ജമ തുടർന്നു. ഒരു കവിതമാത്രമേ തർജ്ജമ ചെയ്യാൻ സാധിച്ചുള്ളു.

ഇന്ന് ഒരു മേശ പണിയിക്കാൻ ഏർപ്പാടുചെയ്തു.

ഒപ്പ് ഇട്ടിട്ടില്ല

Sunday 18th November 1942
1118 തുലാം 16-ാംനു-ഞായറാഴ്ച

രാവിലെ ഏഴുമണിക്കുണർന്നു. കാപ്പികഴിഞ്ഞ് അമ്മിണിയുടെ വീട്ടിൽപോയി. അവിടെനിന്നും കാപ്പികുടിച്ച് അച്ഛനുമൊന്നിച്ച് തിരിച്ചുവന്നു. കള്ളിയത്തെ കൃഷ്ണൻകുട്ടി, കുറുപ്പ് മുതലായവരും രാഘവൻപിള്ളയുടെ അച്ഛനും വന്നു. Brother-in-law വന്നന്വേഷിച്ചിട്ട് ചേന്ദമംഗലത്തേക്ക് പോയി. ഊണ്കഴിഞ്ഞ് 11.30 മണിക്ക് പുറപ്പെട്ടു. അമ്മിണിയും അമ്മയും വാവിട്ടു നിലവിളിച്ചു. എനിക്ക് സങ്കടം സഹിച്ചില്ല. ഇറങ്ങിയപ്പോൾ ചേടത്തിയമ്മയും ഇന്ദുവും ബാലനും സുധയും മന്ദാരവും അപ്പുക്കുട്ടനുമാണ് നേരിട്ടുവന്നത്. അച്ഛനും അമ്മാവനും ഡോക്ടറും രാഘവൻപിള്ളയുടെ പിതാവുമൊന്നിച്ച് സ്റ്റേഷനിൽവന്നു. 1.30നുള്ള മെയിൽവണ്ടിയിൽ കയറി. വലിയ തിരക്കുണ്ടായിരുന്നു. ഏറെനേരം നിന്നുതന്നെ കഴിച്ചുകൂട്ടി. കെ ജോർജ്ജിന്റെ ജ്യേഷ്ഠന്റെ മകനും ബോംബെയിൽ മെഡിക്കൽകോളേജിൽ എം ബി ബി എസ്സിന് പഠിക്കുന്ന ആളുമായ മി. കുര്യനുമായി വണ്ടിയിൽവച്ച് പരിചയപ്പെട്ടു. 5.30ന് ആർക്കോണത്ത് വന്നു. ബോംബെ എക്സ്പ്രസ് കാത്ത് സ്റ്റേഷനിൽ നില്ക്കുന്നു.

(Arkonam, Poona)
(17-3-1118 7 A.M)

ഒപ്പ്

Tuesday 3rd November 1942
1118 തുലാം 18-ാംനു-ചൊവ്വാഴ്ച

രാവിലെ എട്ടരമണിക്ക് പൂനയിൽ വന്നു. ഇഗ്നേഷ്യസ് സ്റ്റേഷനിൽ കാത്തു നില്ക്കുന്നുണ്ടായിരുന്നു. ഞങ്ങൾ ഒന്നിച്ചു വസതിയിൽ എത്തി. കാപ്പികുടികഴിഞ്ഞ് സി എം ഏ യുടെ ആഫീസിലേക്ക് പോയി. സി എം ഏ യുമായി 11.30 മണിക്ക് interview നടത്തി. ഉടൻതന്നെ എന്നെ നിയമിച്ചു. ഉച്ചയ്ക്ക് ഇഗ്നേഷ്യസുമായിച്ചെന്ന് ഊണുകഴിച്ച് മടങ്ങിവന്നു. അമ്മിണിക്ക് Telegram അയച്ചു. അഞ്ചുമണിക്ക് ആഫീസ് വിട്ടുവന്നു. കുളികഴിഞ്ഞ് ഇഗ്നേഷ്യസുമൊന്നിച്ചു നടക്കാൻപോയി. പല തെരുവുകളിലും ചുറ്റി നടന്നു. ശുക്രവാരത്തെരുവിൽ ഇരുപുറവുമുള്ള സൗധവാതായനങ്ങൾക്കരികിൽ കാമുകരെ മാടിവിളിച്ചുകൊണ്ടണിഞ്ഞൊരുങ്ങിയിരിക്കുന്ന വാരാംഗനകളുടെ ചാപല്യങ്ങൾ നോക്കിരസിച്ചുകൊണ്ട് നടന്നുപോയി. എട്ടണ കൊടുത്തു സ്ത്രീകളാൽ നടത്തപ്പെടുന്ന 'തമാശ' (ഒരുവക മോഹിനിയാട്ടം) കണ്ടു. 11 മണിക്ക് തിരിച്ചുവന്നു. 12.30ന് കിടന്നു.

ഒപ്പ്

Wednesday 11th September 1942
1118 തുലാം 26-ാംനു-ബുധനാഴ്ച

രാവിലെ എട്ടുമണിക്കുണർന്നു. കാപ്പികുടികഴിഞ്ഞ് പത്ത് മണിക്ക് ആഫീസിൽ എത്തി. ഒരുമണിക്ക് ഇഗ്നേഷ്യസുമൊന്നിച്ച് ബിരിയാണി കഴിച്ചു. അഞ്ചുമണിക്ക് ആഫീസിൽനിന്ന് തിരിച്ചുവന്നു. കുളിയും കാപ്പികുടിയും കഴിഞ്ഞ് തനിയെ നടക്കാനിറങ്ങി. പോകുംവഴി ആദ്യമായി ഒരു തരം 'പാശികളിയിൽ' പങ്കുകൊണ്ടു. അഞ്ചുരൂപാ കളിയിൽ നേടി. അവിടെനിന്നും Imperial Book Depotവിൽ കയറി. ഏഴുമണിവരെ അവിടെ കഴിച്ചുകൂട്ടി. പിന്നീട് പലയിടത്തും ചുറ്റി നടന്നു. ഒൻപതു മണിക്ക് തിരിച്ചുവന്നു. ഊണുകഴിഞ്ഞ് 12 മണിവരെ ചീട്ടുകളിച്ചു. പിന്നീടുറങ്ങി.

26-3-118
Poona

Saturday 5th December 1942
1118 വൃശ്ചികം 20-ാംനു-ശനിയാഴ്ച

കവിത

ഹാ! വസന്തംവന്നുചേർന്നു, പൂവലംഗി, നിന്നെപ്പോലി-
വനത്തിൻ മുഖത്തിലും പുഞ്ചിരിവന്നു.
..വുകപ്രദായികകൾ ഭാവപ്രസന്നകൾ, വന-
..തവകളനുഗ്രഹംചൊരിഞ്ഞു നിന്നു.
..യില്ല നെടുവീർപ്പിനിടയൊട്ടു, മുണർവ്വിന്റെ
നീർപൂക്കളെവിടെയും വരികയായി.
..നിയില്ല മിഴിനീരിനിടയൊട്ടു, മുൻമദത്തിൻ
..കരശ്മികൾ നീളെ നിറകയായി.

പുല്ക്കൊടികൾപോലുംതലപൊക്കി, വിണ്ണിൽ നിന്നുതിരും
പുഷ്ക്കലശ്രീ പുല്കിപ്പുല്കി പുളകംപൂശി
ദിക്കുകളെപ്പൊന്നൊളിയിൽ മുക്കിമുക്കി വാസരശ്രീ-
..ർക്കുളിരാർന്നുല്ലസിപ്പൂ സുസ്മിതംവീശി.

സഖി, തവശുഭതരുണിമതളിതട്ടി-
പമസുഷമകളണിഞ്ഞുനില്ക്കെ;
നിയിൽ ജീവിതപ്പൂവനിയിലുത്സവത്തിനു-
സരമാ,ണതയ്യോ, പാഴിലാക്കൊല്ലേ!

Friday 18th August 1944
1120 ചിങ്ങം 3-ാംനു-വെള്ളിയാഴ്ച

*മാതൃഭൂമി ആഴ്ചപ്പതിപ്പി*ലെ ഏതോ ഒരു പുസ്തകാഭിപ്രായോഗസ്ഥൻ, 'ഓണപ്പൂക്കൾ' ജന്മമെടുത്തകാലത്ത് ഒരു 'തൽക്കുറി' എഴുതിവിടുകയുണ്ടായി- - ഓണവും തിരുവാതിരയും കഴിഞ്ഞ് വിഷുവരെ വാടാതിരിക്കുവാൻ ഓണപ്പൂക്കൾക്ക് കഴിഞ്ഞില്ലെങ്കിൽ, നിരാശപ്പെടേണ്ടതായിട്ടില്ലെന്ന്. അദ്ദേഹത്തിന്റെ അത്ഭുതാവഹമായ ദീർഘദർശനത്തിൽ ഞാൻ അശേഷം സംശയാലുവായിരുന്നില്ല. പക്ഷേ, അടുത്ത വർഷത്തിനുമുൻപുതന്നെ അവയെ വീണ്ടും പുതുക്കിക്കാണുവാൻ വെമ്പൽ കൊള്ളുന്ന കേരളീയസഹൃദയത്വത്തെ ചോദ്യം ചെയ്യുവാൻ കൃതജ്ഞതാബദ്ധമായ എന്റെ ഹൃദയത്തിന് അല്പം മടിയുണ്ട്. ഈ ഇടനില എങ്ങനെയായാലും കാലത്തേയും ലോകത്തേയും വിശ്വസിക്കുന്ന കലാകാരന് മൗനാവലംബമായിരിക്കും ഉത്തമം.

Wednesday 1st November 1944
1120 തുലാം 16-ാംനു-ബുധനാഴ്ച

സുപ്രഭാതം!

'സ്പന്ദിക്കുന്ന അസ്ഥിമാടം' എന്ന കവിത എഴുതി.

എന്റെ ദേവിയെ ആദ്യമായി കണ്ടുമുട്ടിയ സുപ്രഭാതം!

അതിന്റെ വാർഷികമാണിന്ന്.

ഹൃദയവേദനയോടെ ഞാൻ ചില മധുരസ്മൃതികളെ താലോലിക്കുകയാണ്.

"ഈ ലോകത്തിൽ നീ ഏറ്റവും സ്നേഹിക്കുന്നതാരെയാണ്"- ഈശ്വരൻ എന്നോടിങ്ങനെ ചോദിച്ചാൽ നിറഞ്ഞ കണ്ണുകളോടും തുടിക്കുന്ന ഹൃദയത്തോടുംകൂടി ഞാൻ ഇങ്ങനെ പറയും:-

"ദേവി-സുന്ദരിയായ എന്റെ ദേവി-സ്നേഹമൂർത്തിയായ എന്റെ ദേവി!!"

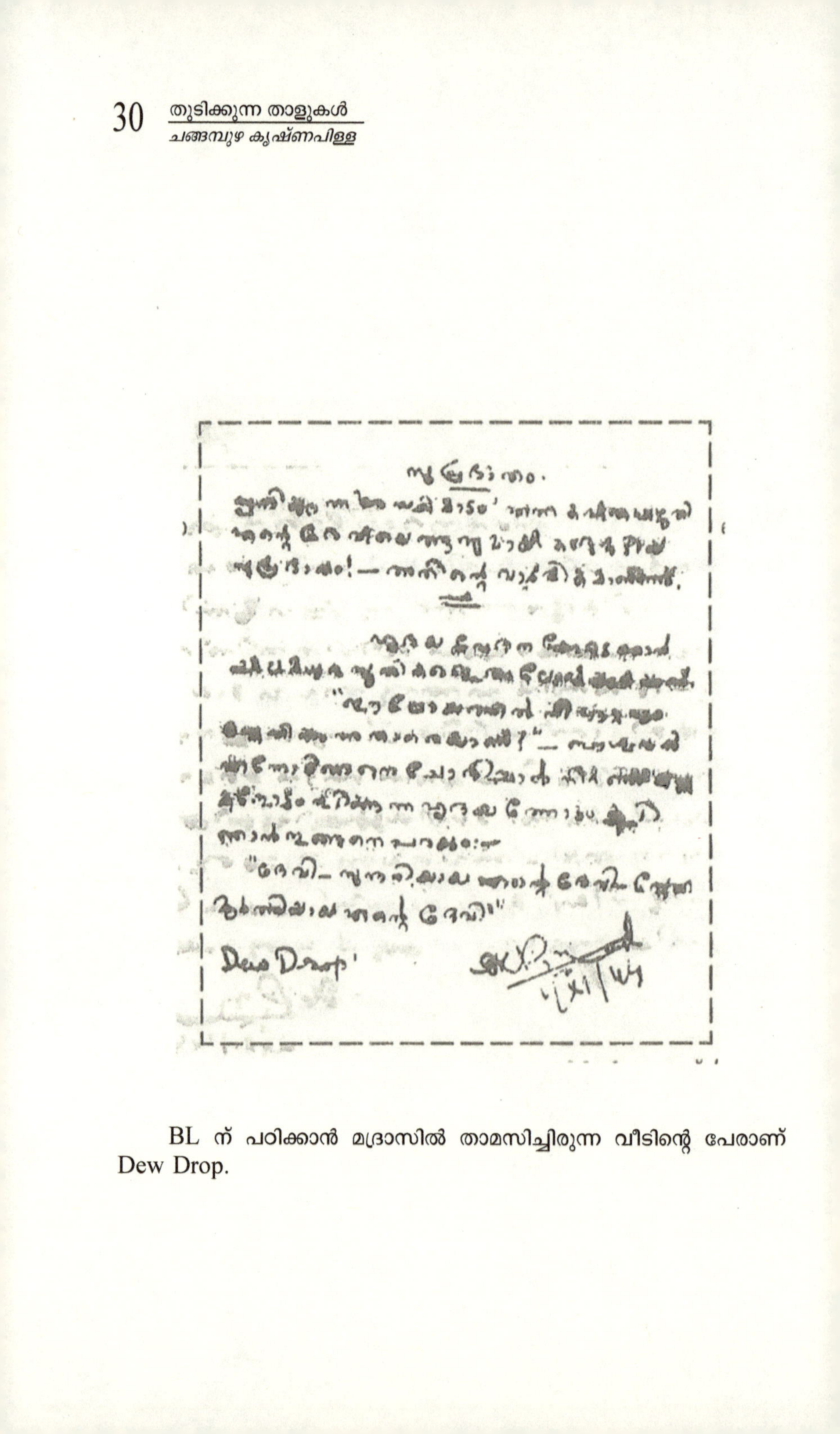

സുപ്രഭാതം.

[illegible]
എന്റെ [illegible]
സുപ്രഭാതം! — [illegible]

[illegible]
[illegible]
"[illegible]
[illegible]?" — [illegible]
[illegible]
[illegible]
[illegible]:—
"ദേവി — [illegible] ദേവി — [illegible]
[illegible] എന്റെ ദേവി!"

Dew Drop

[illegible]
1/XI/49

BL ന് പഠിക്കാൻ മദ്രാസിൽ താമസിച്ചിരുന്ന വീടിന്റെ പേരാണ് Dew Drop.

Thursday 2nd November 1944
1120 തുലാം 17-ാംനു-വ്യാഴാഴ്ച

എന്റെ ഹൃദയം വേദനിക്കുന്നു.

എന്റെ ഹൃദയേശ്വരി എന്നിൽനിന്നും എത്രയോനാഴിക ദൂരത്താണ്! ആ സ്നേഹമൂർത്തിയുമായുള്ള സാഹചര്യം എന്റെ ജീവിതത്തിന് അല്പനാൾക്കുള്ളിൽ എന്തത്ഭുതാവഹമായ നിറപ്പകിട്ടാണ് നല്കിയത്! ആ അപ്സരസ്സിനെ കണ്ട സുദിനം മുതൽ ഞാൻ മറ്റൊരാളായിത്തീർന്നു. മഴവില്ലൊളിപൂശിയ ആ സുദിനങ്ങൾ! - അവയെക്കുറിച്ചുള്ള മധുര സ്മൃതികൾ യഥാർത്ഥത്തിൽ എന്നെ വേദനിപ്പിക്കുകയാണ്. ഞാൻ എന്തുചെയ്യട്ടെ!

ഒപ്പ്

Friday 3rd November 1944
1120 തുലാം 18-ാംനു-വെള്ളിയാഴ്ച

എന്റെ ദേവീ, നീ എന്തിനിത്ര സുന്ദരിയായി? ആ സൗന്ദര്യം എന്റെ ചേതനയെ ലഹരിപിടിപ്പിക്കുന്നു-ദിവ്യമായ ഒരു ലഹരി! നിന്നിലുംമീതെ സൗന്ദര്യമുള്ള ഒരു സ്ത്രീയെ ഇതുവരെ ഞാൻ കണ്ടിട്ടില്ല. ഇനി കാണുകയുമില്ല. സാത്വികമായ ആ സുഷമാസമൃദ്ധിയിൽ എന്റെ ഹൃദയം അലിഞ്ഞുചേരുന്നു. മൃഗീയമായ ചപലവികാരങ്ങൾ എന്നിൽനിന്നകലുന്നു. അന്ധകാരകൂപത്തിൽനിന്ന് എന്നെ ഉദ്ധരിക്കുവാനായി ഈശ്വരനാൽ എന്റെ മുന്നിലേക്കയക്കപ്പെട്ട ഒരു ദേവതയാണ് നീ. ഞാൻ നിന്നെ സ്നേഹിക്കുന്നു. ആരാധിക്കുന്നു.

ഒപ്പ്

Saturday 4th November 1944
1120 തുലാം 19-ാംനു-ശനിയാഴ്ച

എന്റെ ഓമനേ, എന്നിൽ പലർക്കും അസൂയയുണ്ടെന്ന് നീ പറയുന്നു. ആയിരിക്കാം. പക്ഷേ, അതെന്റെ തെറ്റല്ലല്ലോ. മനുഷ്യലോകത്തിൽ ഒരൊറ്റവ്യക്തി ഒഴികെ ആരും എന്നെ അറിയുകയില്ല. ഈശ്വരനെന്നെ അറിയാം. മനുഷ്യലോകത്തിൽ എന്നെ അറിയുന്ന ആ ഏകവ്യക്തി ആരാണ്? നക്ഷത്രങ്ങൾ മന്ദഹസിക്കുന്ന നീലിച്ചകണ്ണുകളോടുകൂടിയ ഒരു മോഹിനി. അവൾ എന്തിനെന്റെ ഹൃദയം കവർന്നെടുത്തു? ഞാൻ അതിനവളെ ശിക്ഷിക്കും. എന്റെ ശിക്ഷ എന്താണെന്നവൾക്കറിയാമോ? അറിയാം. എന്നേക്കാൾ നന്നായി അവൾക്കറിയാം ആ ശിക്ഷ എന്തായിരിക്കുമെന്ന്!

ഒപ്പ്

Sunday 5th November 1944

1120 തുലാം 20-ാംനു-ഞായറാഴ്ച

ശരീരങ്ങളെ കാലദേശങ്ങൾ അകറ്റിനിർത്തുന്നു. ഹൃദയങ്ങളോ? അവ അത്രയ്ക്കത്രയ്ക്ക് ഒട്ടിപ്പിടിക്കുന്നു. സമുദായനീതി ഹൃദയങ്ങളിൽ മുള്ളുതറയ്ക്കുന്നു. ചോരവാർത്തു പിടയുമ്പോൾ അവ താനെ അങ്ങകന്നുമാറുമെന്ന് വ്യഥാ വിശ്വസിക്കുന്നു. കഷ്ടം! അധികമധികം ചോരവാർക്കുംതോറും, അധികമധികം വേദനിക്കുംതോറും അവ അധികമധികം ഗാഢമായി അന്യോന്യം ആശ്ലേഷിക്കുകയാണെന്ന് മൂഢമായ നീതി അറിയുന്നില്ല.

തങ്കം, ഇതു പരമാർത്ഥമല്ലേ?

ഒപ്പ്

Monday 6th November 1944

1120 തുലാം 21-ാംനു-തിങ്കളാഴ്ച

കരയാത്ത കാമിനീകാമുകന്മാരെ നക്ഷത്രങ്ങൾ ഇന്നിതുവരെ കണ്ടിട്ടില്ല. ഉടയാത്ത പ്രേമസാന്ദ്രങ്ങളായ ഹൃദയങ്ങൾ ആ തേജഃപുഞ്ജങ്ങൾക്ക് ഇന്നോളം അപരിചിതങ്ങളാണ്. ലോകാരംഭം മുതൽ ഇന്നിതുവരെ എത്രയെത്ര പ്രേമനാടകങ്ങൾക്കു സാക്ഷ്യം വഹിച്ചതാണ് അവരുടെ കണ്ണുകൾ!

ഓമനേ! പിന്നെ നാം ദുഃഖിക്കുന്നതെന്തിന്? നമ്മുടെ വ്യഥ അർത്ഥശൂന്യമല്ലേ? അതെ നമുക്കതറിയാം. എങ്കിലും നാം ദുഃഖിക്കുന്നു. ദുഃഖം! ദുഃഖം! മധുരമായ ദുഃഖം!

ഒപ്പ്

Friday 10th November 1944
1120 തുലാം 25-ാംനു-വെള്ളിയാഴ്ച

പ്രേമത്തിൽ നിന്നുണ്ടാകുന്ന ശോകംപോലും മധുരമാണ് - പിന്നെ അതു നല്കുന്ന ആനന്ദത്തിന്റെ അവസ്ഥ എന്തായിരിക്കും! എനിക്ക് ഒരു നിമിഷം എന്റെ പ്രേമസർവ്വസ്വമായ ദേവിയെ ഒന്നുമറക്കാൻ സാധിച്ചിരുന്നെങ്കിൽ! ഈ ആത്മബന്ധം എന്നെ അമ്പരപ്പിക്കുന്നു! ഞാൻ ഇന്നോളം ആരെയും സ്നേഹിച്ചിട്ടില്ല. സ്നേഹിക്കുവാനുള്ള ഒരു ശക്തിയും എന്റെ ഹൃദയത്തിനുണ്ടായിരുന്നില്ല. എന്നാൽ അതിനുപകരമായി ഈ പ്രപഞ്ചത്തിൽ മുഴുവൻ പ്രസരിച്ചാലും വീണ്ടും ഉറഞ്ഞു വരുന്ന അക്ഷയമായ ഒരു മഹാപ്രേമസാഗരത്തെ ഇന്ന് എന്റെ ഹൃദയം കൈക്കൊള്ളുന്നു. പൂജാപുഷ്പമായി നിലകൊള്ളുന്ന എന്റെ ആത്മാവിനെ എന്റെ ദേവി കാണുന്നുണ്ടോ?.

ഒപ്പ്

Saturday 11th November 1944
1120 തുലാം 26-ാംനു-ശനിയാഴ്ച

ഇന്നു പകൽമുഴുവൻ ശക്തിയായ മഴയായിരുന്നു. രാത്രിയും അതു ശമിച്ചിട്ടില്ല. ഞാൻ മൂടിപ്പുതച്ച് ഈ കസേരയിൽ ഇരിക്കുകയാണ്. ശക്തിയായ ജലദോഷം. അസ്സഹനീയമായ തണുപ്പ്. എന്റെ ശാരീരിക ശക്തികൾ വിശ്രമം ആവശ്യപ്പെടുന്നു. പക്ഷേ, അതുകൊണ്ട് കാര്യമില്ല. എന്റെ ഹൃദയത്തിന് വിശ്രമിക്കാൻ സാദ്ധ്യമല്ല. അതു സദാ പണിയെടുത്തുകൊണ്ടിരിക്കുകയാണ്. അതിന് വിശ്രമം വേണ്ട. അതു വിശ്രമിക്കുകയില്ല. അതിലെ സ്പന്ദനങ്ങൾ അവസാനിച്ചാലും അതിനു വിശ്രമം ലഭിക്കുമോയെന്ന് സംശയമാണ്. എന്റെ ദേവീ, എന്തോരു ഹൃദയമാണ് എന്റെ ഹൃദയം!

ഒപ്പ്

Friday 24th November 1944
1120 വൃശ്ചികം 9-ാംനു-വെള്ളിയാഴ്ച

പാടിപ്പാടിപ്പറന്നംബരതലമതിലംഘിച്ചു
കേറും പികാഗ്ര്യൻ
കൂടിപ്പാടും പിശാചിൻപദവിയെയവലം-
ബിച്ചതിൻമൂലമെന്തോ?

തങ്കം, ശ്രീമാൻ ജി ശങ്കരക്കുറുപ്പിന്റെ ഒരു കത്ത് ഇന്ന് എനിക്ക് കിട്ടി. അതിൽ ആദ്യം ചേർത്തിരുന്ന രണ്ടുവരികളാണിത്. എന്താണ് അതിന്റെ മൂലം? എനിക്കുതന്നെ അറിഞ്ഞുകൂടാ? അഥവാ അതിനു പ്രത്യേക കാരണമൊന്നുമില്ല. ഞാൻ യഥാർത്ഥത്തിൽ ഒരു പിശാചു തന്നെയാണ് തങ്കം-'പാടുന്ന പിശാച്!' എന്റെ തങ്കം, ഒരു ദിവസം എത്ര കത്തുകളാണ് എനിക്കു കിട്ടുന്നതെന്ന് തങ്കത്തിനറിയാമോ? എവിടെ നിന്നെല്ലാം അറിവും പരിചയവുമില്ലാത്തവർപോലും എന്തെല്ലാമാണ് എഴുതി അയയ്ക്കുന്നത്. ഞാൻ എന്റെ പത്നിയെ-ശ്രീദേവിയെ-ഉപേക്ഷിച്ചത് വലിയ കഷ്ടമായിപ്പോയി എന്നും, എന്നെപ്പോലെയുള്ള ഒരാൾ ഇങ്ങനെ മനസ്സിനു നിയന്ത്രണമില്ലാതാകുന്നത് വലിയ കഷ്ടമാണ് എന്നുംമറ്റും. എന്റെ തങ്കം, ഞാൻ എങ്ങനെ തുലഞ്ഞാലും ഈ പറയുന്നവർക്കെല്ലാം എന്തുചേതം? ഇങ്ങനെ ഒരു സ്വൈരംകെടുത്തലുണ്ടോ? അല്ലെങ്കിൽതന്നെ അനുനിമിഷം തീ തിന്നാണ് ഞാൻ ജീവിക്കുന്നത്. അതിനിടയിൽ ഈവക ശല്യങ്ങളും. ഇവരൊക്കെ എന്റെ സുഹൃത്തുക്കളാണത്രെ! സുഹൃത്തുക്കൾ! ആ വാക്കു കേൾക്കുമ്പോൾ എനിക്കു പേടിയാകുന്നു. ഒരുവൻ എന്റെ ശത്രുവായാലും തരക്കേടില്ല, എന്റെ സുഹൃത്താകാതിരുന്നാൽമാത്രം മതിയായിരുന്നു

എന്റെ തങ്കം, എന്നെ ഇങ്ങനെ ജീവിപ്പിക്കുന്നതിനേക്കാൾഭേദം മരിപ്പിക്കുകയാണ്. ഓരോ ദിവസം കഴിയുംതോറും മരണത്തിനുള്ള എന്റെ ദാഹം അടിക്കടി വർദ്ധിച്ചുവരുന്നു. എന്റെ തങ്കം, ഈ നശിച്ച ലോകത്തിൽ നാം ഇങ്ങനെ പരസ്പരം അലിഞ്ഞുചേർന്നല്ലോ. നാം എന്തിനു സ്നേഹിച്ചു തങ്കം? നമുക്ക് അന്യോന്യം വേർപിരിയാൻ സാധിക്കുമോ? ഒന്നുശ്രമിച്ചുനോക്കൂ. ഞാൻ ശ്രമിച്ചുനോക്കി തങ്കം. ഇല്ല. എനിക്ക് സാദ്ധ്യമല്ല. ശ്രമിക്കുംതോറും ഞാൻ എന്റെ തങ്കത്തിൽ അലിഞ്ഞുചേരുന്നു. എന്റെ തങ്കം, ഓമനേ, പ്രാണസർവ്വസ്വമായ എന്റെ ദേവീ!.

ഒപ്പ്

Tuesday 19th August 1947
1123 ചിങ്ങം 3-ാംനു-ചൊവ്വാഴ്ച

ജീവിത വീഥിയിലീവിധം നീയൊരു
ദാവാഗ്നിയായിട്ടെരിഞ്ഞുയർന്നു.
പൊള്ളിക്കുകെന്നെ നീ പൊള്ളിക്കൂ, കത്രമേ-
ലള്ളിപ്പിടിക്കുകെൻ പ്രാണനിൽ നീ.

നാളീകരൂക്ഷങ്ങളായിടും നിൻ നഖ-
നാളങ്ങളുള്ളിൽച്ചുഴിഞ്ഞിറങ്ങി
മിന്നിടും തീപ്പൊരിച്ചെന്നിണച്ചാർത്തൊരു
ചിന്താവസന്താഭ ചേർക്കുമെങ്കിൽ

സംതൃപ്തമെൻമനം മേന്മേലതിനെ നീ
സന്തപ്തമാക്കിച്ചമച്ചുകൊള്ളു.
എല്ലാക്കറകളും നീക്കിയതിനെയൊ-
ന്നുല്ലസിപ്പിക്കൂ വിഷാദമേ നീ!

Friday 3rd October 1947
1123 കന്നി 17-ാംനു-വെള്ളിയാഴ്ച

ഇന്നലെയാണു ഞാൻ വന്നതീലോകത്തി-
ലിന്നോ ഞാൻ കേവലം വൃദ്ധനായി.
നാളെയ്ക്കൊരാഴക്കു ചാമ്പൽ ഞാൻ-മജ്ജീവ
നാളമോ?-ജീവിതം പൂർണ്ണമായോ?

കുളിർവാടാമല്ലി, മന്ദസ്മിതനല്ലി
മലരിനൊടേടോ മലർവല്ലി,

നിറയുന്ന ദിനത്തിൽ നിന്നു മണ്ഡലം
നിരവധിരന്ന നീ കരങ്ങൾ

പിറകിൽ ചുറ്റീടേ ശലഭനിരന്നായ്
വിവിധ നിറത്തിൽ, ഖനകന്മാർ

നഗരകവാടത്തിൽ നഷ്ടപ്പെട്ടതെന്ത്
ശതശതം സമിത്തുകൾ വിതറിയല്ലേ!

വികലഭാഗ്യ, നേർ വിധിയതാം ഖഡ്ഗം
വിപിനത്തിലെത്താൻ തനിയേ ഞാൻ!

ആവിടെ, പാവനകാനനത്തിലെത്താ-
നഴകിനെൻ പാഴ്മണ്ണിടയേ!

2

കലയുടെ നെയ്ത്ത് കണികളെയൊക്കെയും
കലരാത്ത മട്ടിൽ, കുളിർമണ്ണാൽ.
വിരചിച്ചു കൊൾവിൻ ശലഭകുടീരമൊ-
ന്നതനിർമ്മല സമാനതിരകളിൽ

മന്ദാകിനീതടിയിൽ, യേറോരോ
മരനിരച്ചുറ്റും വനഭൂവിൽ,

മലയവാതങ്ങൾ ചിറകടിച്ചൊഴുകും
മലരണിപ്പന്തൽ ലതകളും;

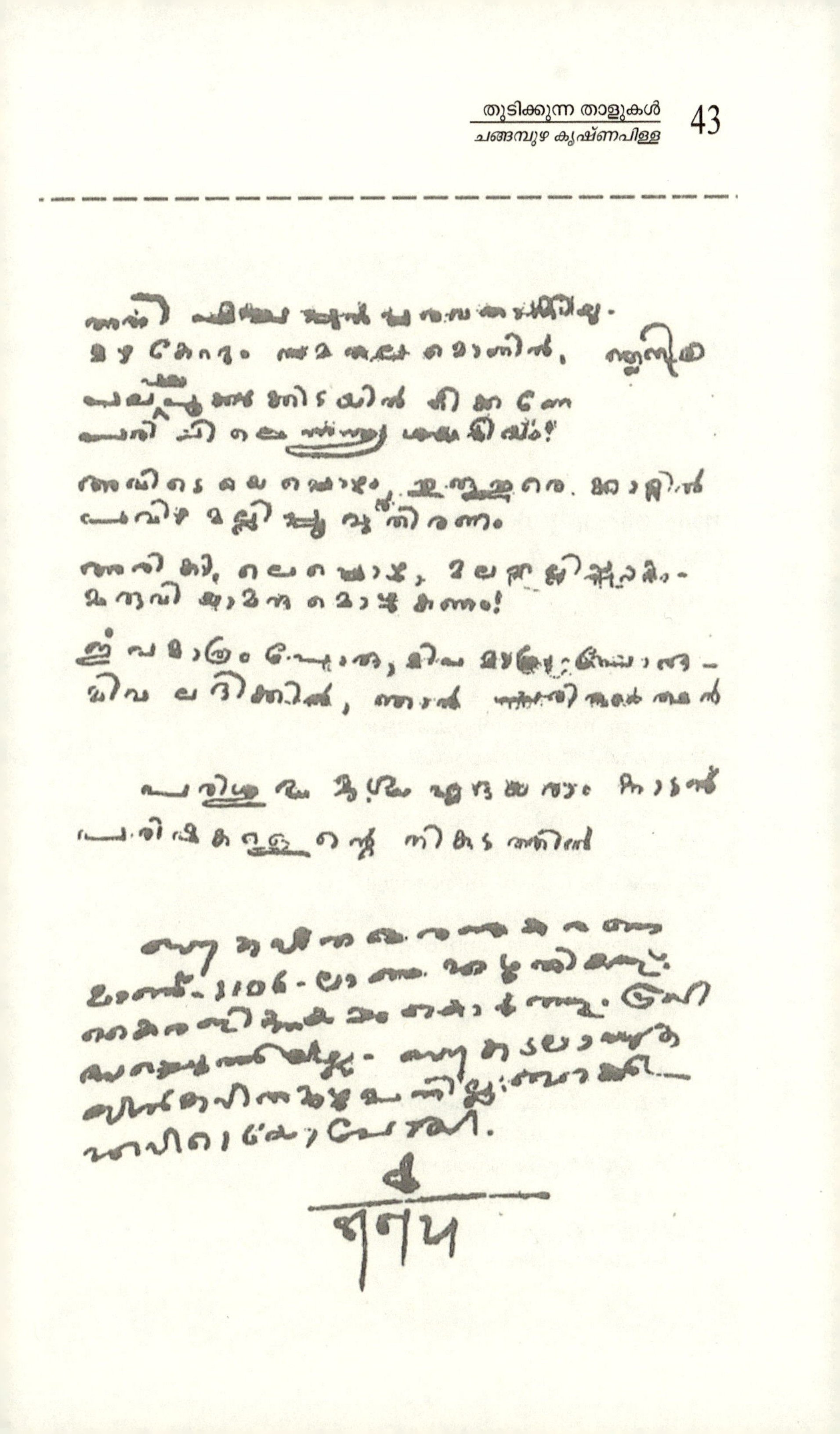

[illegible]

[illegible] - 1106 - [illegible]

[illegible]

1106– ൽ എഴുതിയ ഒരു കവിത (അനുകരണം)

കുളിർവാടാമല്ലി, തുളസി, നല്ലന്തി-
മലരിതൊട്ടോരോ മലർവല്ലി;
നിറയുന്നദിക്കിൽ നിരുപമങ്ങളാം
നിരവധിരത്നനികരത്താൽ
വിരചിച്ചീടട്ടെ ശവകുടീരങ്ങൾ
വിവിധരീതിയിൽ, ധനവാന്മാർ,
നഗരപ്പള്ളിതൻ നടുമുറ്റത്തെന്റെ
ശകലിതാസ്ഥികൾ വിതറൊല്ലേ!
വികലഭാഗ്യ,നെൻ വികൃതമാം ജഡം
വിപിനത്തിലെങ്ങാനെറിയണേ!
അവിടെ, യാവനകുഹരത്തിലെങ്ങാ-
നഴുകിയെൻ പാഴ്മണ്ണടിയട്ടേ!

2

കലയുടെയൊരു കണികയെങ്കിലും
കലരാത്തമട്ടിൽ, കളിമണ്ണാൽ,
വിരചിച്ചുകൊൾവിൻ ശവകുടീരമൊ-
ന്നുരുനിർബ്ബന്ധമാണതിനെങ്കിൽ
മരതകക്കുന്നിനടിയി,ലോരോരോ
മരനിരചൂഴും വനഭൂവിൽ,
മലയവായുവിലിളകിച്ചാഞ്ചാടും

മലരണിപ്പിഞ്ചുലതകളും,
അരികെ പച്ചപ്പുൽപ്പരവതാനിയു
മഴകേറ്റും സമതലമൊന്നിൽ,
പലപലപൂക്കൾക്കിടയിൽ തീർക്കണേ
പരിചിലെന്നന്ത്യശയനീയം!
അവിടെയെപ്പോഴും, തുരുതുരെ,ക്കാറ്റിൽ
പവിഴമല്ലിപ്പൂവുതിരണം!
അരികി,ലെപ്പോഴു,മലതല്ലിപ്പാടു-
മരുവിയാമന്ദമൊഴുകണം!
ഇവമാത്രംപോരു,മിവമാത്രംപോരു-
മിവലഭിക്കിൽ, ഞാൻ ചരിതാർത്ഥൻ!

3

പരിശുദ്ധമുഗ്ദ്ധഹൃദയരാം നാട്ടിൽ
പരിഷകളെന്റെ നികടത്തിൽ

(അപൂർണ്ണം)

ഈ കവിത ഒരനുകരണമാണ്. 1106-ലാണ് എഴുതിയത്. കൈരളിക്കയച്ചുകൊടുത്തു. പ്രസിദ്ധപ്പെടുത്തിയില്ല. ഈ കടലാസുകളിൽ കവിത മുഴുവനില്ല. ബാക്കി എവിടെയോപോയി.

ചങ്ങമ്പുഴ

1112– ൽ എഴുതിയ ഒരു കവിത

അന്തിത്തിരിയാലൊരാവേശകസ്മിതം
ചിന്തിനില്ക്കുന്ന നിൻ നിശ്ശബ്ദമന്ദിരം

കണ്ടിടാറില്ലതിലേറെനാളായി ഞാൻ
പണ്ടത്തെദീപ്തിപ്രസരങ്ങളൊന്നുമേ

നിത്യമൂകത്വം വിറങ്ങലിപ്പിച്ചൊരാ
നിർജ്ജനോദ്യാനങ്ങൾ കാണുമ്പോഴൊക്കെയും

എൻമിഴിത്തുമ്പിൽനിന്നിറ്റു വീഴാറുണ്ട്
നിന്നെയോർത്തായിരമശ്രുകണികകൾ!

വിസ്മയംതോന്നുമാറെൻമുന്നിലിന്നിലാ
വിദ്യുല്ലതപോലണഞ്ഞുനീ പിന്നെയും!

നിർഗ്ഗമിക്കുമ്പോൾനിൻ പിന്നാലെയെത്തുവാൻ
സ്വർഗ്ഗംപറക്കുന്നു നീ പോം വഴികളിൽ

മഞ്ജുഹേമന്തം നിലാവിൽ കുളിപ്പിച്ചു
മഞ്ഞണിയിച്ച മദാലസരാത്രികൾ

ഇന്നുമെത്താറുണ്ട് നീവിട്ടുപോയനിൻ
പുണ്യാശ്രമത്തിലെ പുഷ്പിതവാടിയിൽ!

എങ്കിലും മൂകരായ് നില്ക്കുകയല്ലാതെ
തൻകരവല്ലകിമീട്ടിടാറില്ലവർ!

കേട്ടിടാറില്ല നീ പോയനാൾതൊട്ടു നിൻ

കൂട്ടിലെത്തത്തതൻ കൊഞ്ചലശേഷവും!

തെന്നലാലിംഗനംചെയ്കിലും മർമ്മരം
ചിന്തിടാറില്ല മരതകപ്പച്ചകൾ!

അപ്പപ്പോഴെത്തുമാത്തോപ്പിന്റെ വീർപ്പിലൂ-
ടസ്പഷ്ടമേതോ വിഷാദപരിമളം.

അവളുടെ കവിത

കാണണം നിത്യവും... കണ്ടാൽ കുഴപ്പമായ്
കാണാതിരുന്നാൽ പിണക്കമാകും

എന്നും പിരിയുമ്പോൾ നാളെപ്പറയുവാ-
നെന്നോടവൾക്കുണ്ടാം നൂറുകൂട്ടം.

മുല്ലയ്ക്കൽ വീട്ടിലെ മല്ലികക്കുട്ടിക്കു
ചെല്ലപ്പൻ കത്തുകൊടുത്ത കാര്യം-

താലപ്പൊലി കണ്ടു നില്ക്കുമ്പോഴമ്മിണി
ബാലനെ നോക്കിച്ചിരിച്ച കാര്യം-

സോമനെഴുതിക്കൊടുത്തോരുപന്യാസം
ശ്യാമള കാണിച്ചുതന്ന കാര്യം-

ചെല്ലമ്മ വാങ്ങിച്ച സാരിതൻവക്കത്തെ
വെള്ളിക്കസവിൻ മിനുമിനുക്കം-

ഹിന്ദി പഠിപ്പിക്കും സാറെന്നു കേൾക്കുമ്പൊ-
ളിന്ദുമതിയുടെ പാരവശ്യം-

പട്ടുലേസുച്ചയ്ക്കു തുന്നുമ്പോൾ കൈയെങ്ങോ
തട്ടിയൊരല്പം മുറിഞ്ഞകാര്യം-

ഹാർമ്മോണിയപ്പെട്ടി വാങ്ങുവാൻ കല്ക്കത്ത
യ്ക്കമ്മാവനാർഡറയച്ച കാര്യം-

തങ്കമ്മയ്ക്കച്ഛൻ പുതുതായൊരുജോടി-

ത്തങ്കത്തരിവള തീർത്ത കാര്യം-
ഞാനൊരുവല്ലാത്ത പുള്ളിയാണെന്നിന്നു
ജാനമ്മ തന്നോടുചൊന്ന കാര്യം-
ഇന്ദിര കോളേജിൽ പോകുമ്പോൾ സൈക്കിളിൽ
ചന്ദ്രനെതിരെ വരുന്ന കാര്യം-
എന്നുവേണ്ടിമ്മട്ടൊരായിരം കാര്യങ്ങ-
ളെന്നുമവൾക്കുണ്ടാമെന്നോടോതാൻ.
ചൈനയും ജപ്പാനും യുദ്ധം തകർക്കട്ടെ
സ്പെയ്നിൽ കലാപം നടന്നിടട്ടെ;
ജീവത്സാഹിത്യക്കാർ തുഞ്ചത്താചാര്യന്റെ
കാവ്യങ്ങൾ ചുട്ടുകരിച്ചിടട്ടെ.
സോഷ്യലിസവും വയറും വിശപ്പുമായ്-
ക്കേശവദേവു നടന്നിടട്ടെ;
കോൺഗ്രസു മന്ത്രിപദത്തിൽക്കയറട്ടെ
കോമൺസിൽ വാഗ്വാദം വർദ്ധിക്കട്ടെ;
കേശവൻ ജയിലിൽ കിടക്കും ദിനസംഖ്യ
കേരളകൗമുദി കാണിക്കട്ടെ;
പത്തനംതിട്ട എലക്ഷൻ കൊടുംകാറ്റിൽ
എത്ര കുമാറും തുലഞ്ഞുപോട്ടെ;
വർഗ്ഗീസു ഡെപ്യൂട്ടിയദ്ധ്യക്ഷനാകട്ടെ
വർഗ്ഗീയവിദ്വേഷം വർഷിക്കട്ടെ;
ആർക്കും ചിരിവരുംമട്ടിലസംബ്ളിയിൽ
വാക്കൗട്ടുതന്നെ നടന്നിടട്ടെ;
കാരുണ്യപൂർവ്വകമാറുമുഖത്തിനു
കാലാവധികൂട്ടി നല്കിടട്ടെ.
പത്രങ്ങൾ *ഭാരതപത്രിക*തൊട്ടവ
കൊച്ചിയിൽ കേറ്റാതെയാക്കിടട്ടെ;
ഇല്ലൊരു പങ്കുമവൾക്കതിലൊന്നിലു-
മില്ല വിശേഷവികാരമൊന്നും!
എത്രനേരത്തെക്കവൾക്കൊരൊന്നാന്തരം
ലക്ചറിനുള്ളതാം മാറ്ററായി!
കോളേജിലാണെങ്കിൽ ബോറെന്നു തോന്നിയാൽ
ഹാളിൽനിന്നെങ്ങാനൊളിച്ചു ചാടാം,
വല്ല തുളുനാടൻപോറ്റിതൻ ഹോട്ടലിൽ

ചെല്ലാമൊരു കപ്പടിച്ചു മാറ്റാം,
പ്ളേറ്റു കേട്ടിടാം പുകവലിച്ചുംകൊണ്ടു
കൂട്ടുകാരൊത്തു വെടിപറയാം,
റോഡിലൂടാടിക്കുഴഞ്ഞുനടന്നുപോം
ലേഡീസിനോരോരോ മാർക്കു നല്കാം;
അങ്ങനെയോരോ മുഷിപ്പൻ നിമിഷങ്ങൾ
സംഗീതസാന്ദ്രങ്ങളാക്കി മാറ്റാം
എന്നാലെൻ പ്രാണനാമോമലിൻ മുൻപിൽനി-
ന്നെങ്ങനെ ഞാനൊന്നു രക്ഷനേടും?
ഭൂവിലവളല്ലാതാരും തുനിയുകി-
ല്ലീവിധം വന്നെന്നെബ്ബോറുചെയ്യാൻ.
എന്നാലെനിക്കതി'ന്നോമർഖയ്യാമി'ന്റെ
സുന്ദരഗാനത്തേക്കാൾ മധുരം!
ഓമലാളെൻ കാതിൽപ്പെയ്യും പ്രസംഗത്തി-
ലോരോരോ 'കോമ'യ്ക്കും മൂളിടും ഞാൻ.
എന്നും 'സെമിക്കോള'നല്ലാതെ 'ഫുൾസ്റ്റോപ്പി'-
ട്ടൊന്നും നിറുത്താറില്ലെന്റെ തങ്കം.
പ്രേമസല്ലാപപ്രതിദിനപ്പത്രത്തി-
ലോമലാളിന്റെ മുഖപ്രസംഗം
എല്ലാക്കോളങ്ങളും തീർന്നാലും പിന്നെയു-
മെന്നും തുടരുമെന്നായിരിക്കും!
മറ്റൊരുലേഖനം കാണില്ലതിലെന്റെ
യൊറ്റക്കവിതയും ചേർക്കുകില്ല.
സൗജന്യമായ്‌വരും പത്രങ്ങളോരോന്നെൻ
സൗകര്യം കാത്തുകിടക്കുകിലും,
ഞാനാ 'ദ്ദിനാന്തപ്പതിപ്പി'ൻ വരിക്കാര-
നാണെന്നുവന്നതെന്തത്ഭുതമോ!
എന്നാൽ വരിക്കാരനുദിനം വർദ്ധിച്ചു
വന്നിടുന്നുണ്ടതിനെന്തുകൊണ്ടോ!
വ്യക്തമായ്ക്കാണാം ചിലപ്പോളതിൽ ചില
ശക്തിമത്താകും വിമർശനങ്ങൾ!-
അന്നമ്മസ്സാറിന്റെ ദുർന്നയം, തെക്കേലെ-
പ്പൊന്നമ്മ കാണിക്കും താന്തോന്നിത്തം
കാണുവാൻ കൊള്ളാത്ത കാമാക്ഷിസ്സാറിന്റെ

നാണമില്ലാത്ത തുറിച്ചുനോട്ടം
ആനന്ദവല്ലിക്കു വിട്ടൊഴിയാത്തതാ-
മാണുങ്ങളോടുള്ളെടുത്തുചാട്ടം
ഏറെക്കുശുമ്പെഴും ലീല പലപ്പോഴു-
മേഷണികൂടുന്ന സമ്പ്രദായം
ഇത്യാദിയോരോന്നെടുത്തു വിമർശിച്ചാ-
ലത്താഴമന്നെനിക്കൂർദ്ധ്വമാകും
പാതിരക്കോഴിയുറങ്ങിക്കഴിയു,മ-
പ്പാതവക്കത്തെ വിളക്കണയും,
ആരോമലാളിൻ പ്രസംഗമാം 'നെയ്യാറൊ'-
'രാമസോണാ'യി വളർന്നൊഴുകും.
ആർട്ടിസ്റ്റാണായവൾ-കാണാമപ്പത്രത്തിൽ
കാർട്ടൂൺ പലതും വിചിത്രമായി.
തീരെച്ചടച്ച ഭവാനിയമ്മയ്ക്കഞ്ചു-
വാരത്തുണികൊണ്ടു തീർത്ത 'ബോഡി'
അംഗജകോമളനാകുമഗ്ഗോപിത-
ന്നഞ്ചുവരിപ്പല്ലിനുള്ള ഭംഗി;
എന്നുവേണ്ടായിരം ചിത്രങ്ങൾ വാക്കിനാൽ
നന്നായിട്ടോമൽ വരച്ചുകാട്ടും.
അച്ചിത്രം നോക്കിച്ചിരിച്ചു ചിരിച്ചെനി-
ക്കൊച്ചപൊങ്ങാതായി വീർപ്പുമുട്ടും
ഞങ്ങൾതൻ സല്ലാപരംഗമാമിപ്പത്ര-
മെന്നുമിതുപോൽ നടന്നുവെങ്കിൽ!
എന്നാണതിനുള്ള ലൈസൻസധികൃതർ
വന്നിനി 'റദ്ദു' ചെയ്യുന്നതാവോ!
പ്രേമസാമ്രാജ്യത്തിൽപ്പത്രറഗുലേഷൻ
താമസിയാതെ നടപ്പിലാക്കാൻ
ആലോചനയുണ്ടെന്നാരോ പറഞ്ഞിന്നു
കാലത്തുകേട്ടതൊട്ടാധിയായ് മേ!
നിൻ നർമ്മസല്ലാപപത്രംനീയോമലേ
നിന്നിടാതെന്നും നടത്തേണമേ!

ആത്മകഥ

“സ്വർഗ്ഗത്തിൽ നിന്നടർന്നൂഴിയിൽ വീണതാം
സ്വപ്നപിണ്ഡങ്ങളല്ലാ കവികൾ
മൃൽക്ഷിപ്തശുക്ളരക്താഭിയോഗോത്ഭിന്ന-
മൃൽപഞ്ജരന്മാരാണിങ്ങവരും”.

എന്റെ മലീമസമായ മാംസപിണ്ഡം കാണുവാനുള്ള നിർഭാഗ്യം കൈവന്നിട്ടില്ലാത്തതിനാൽ, എന്റെ ചിതാഭസ്മത്തെയെങ്കിലും വെറുക്കാതിരിക്കത്തക്ക സന്മനസ്സുണ്ടായേക്കാവുന്ന ഭാവിജനതയുടെ പാദപത്മങ്ങളിൽ, ഞാൻ ഈ ആത്മകഥ ഭക്തിപൂർവ്വം സമർപ്പിച്ചുകൊള്ളുന്നു.

ഇടപ്പള്ളി	ചങ്ങമ്പുഴ കൃഷ്ണപിള്ള
1120 ധനു 6-ാംനു	ഒപ്പ്
	6-V-1120

പ്രിയപ്പെട്ട ദേവി,

[illegible]

പ്രിയപ്പെട്ട ദേവി,

എന്റെ ജീവിതം ഏതാണ്ടവസാനിക്കാറായി എന്നു തോന്നുന്നു. അതുതെറ്റായാലും ഇല്ലെങ്കിലും ഒരു ദീർഘജീവിതം എനിക്കുണ്ടാകാൻ നിവൃത്തിയില്ല. ശാരീരികമായി എനിക്കു വലിയ ക്ഷീണമുണ്ട്; മാനസികമായി അതിലധികവും. ഒരുപക്ഷേ, ശപ്തമായ എന്റെ ഈ ജീവിതം ഇന്നവസാനിച്ചാൽ എന്നെ സംബന്ധിക്കുന്ന പരമാർത്ഥങ്ങൾ പലതും വിസ്മൃതിയിൽ അടിഞ്ഞു പോകും. എന്റെ ജീവചരിത്രം ആരെങ്കിലും എഴുതുകയാണെങ്കിൽത്തന്നെ, അതിൽക്കൂടി, ജീവിച്ചിരുന്ന എന്നെയായിരിക്കുകയില്ല നാളത്തെലോകം കാണുക. ഇതുവരെ എഴുതിക്കണ്ട പല ജീവചരിത്രങ്ങളും എന്നെ ആ അനുമാനത്തിൽ എത്തിച്ചേർക്കുന്നു. ഭാവി ജനതയെ വഞ്ചിക്കണമെന്നും, എനിക്കില്ലാത്ത ഒരുപരിവേഷം ഉണ്ടാകണമെന്നും ഞാൻ ആശിക്കുന്നില്ല. എന്റെ ആത്മാവിനോട് ഏറ്റവും അടുത്തുനില്ക്കുന്ന ദേവിപോലും യഥാർത്ഥത്തിലുള്ള എന്നെ പരിപൂർണ്ണമായിക്കണ്ടിട്ടുണ്ടോ എന്ന് സംശയമാണ്. അതുകൊണ്ട്, സത്യത്തെ മുൻനിർത്തി എന്റെ ജീവിതകഥ ഞാൻ ദേവിയെ അറിയിക്കുന്നു, കേട്ടുകൊള്ളൂ.

കൊല്ലവർഷം 1087-മാണ്ട് കന്നിമാസം 24-ാംതീയതി ഞാൻ ഈ ലോകത്തിൽ ജനിച്ചു എന്നാണറിവ്. ഇടപ്പള്ളിയിൽ 'ചങ്ങമ്പുഴ' എന്നുപേരുള്ള ഒരു പുരാതനകുടുംബമാണ് എന്റെ ജന്മഗൃഹം. എന്റെ മാതാവിന്റെ പേർ പാറുക്കുട്ടിഅമ്മ എന്നാണ്; പിതാവിന്റേത് നാരായണമേനവൻ എന്നും. അദ്ദേഹത്തിന്റെ ഭവനം കൊച്ചിയിലാണ്. തെക്കേടത്ത് എന്നാണ് വീട്ടുപേർ. അദ്ദേഹം മിടുക്കനായ ഒരു വക്കീൽഗുമസ്തനും ആധാരമെഴുത്തുകാരനുമായിരുന്നു. വ്യാപാരസംബന്ധമായ ദല്ലാൾ പ്രവൃത്തിയിലും അദ്ദേഹം ഏർപ്പെട്ടിട്ടുണ്ട്. സംസ്കൃതത്തിൽ അദ്ദേഹ

ത്തിന് നല്ല ജ്ഞാനമുണ്ടായിരുന്നു. ദിവസവും സന്ധ്യകഴിഞ്ഞാൽ അല്പം കഞ്ചാവ് വലിക്കും. കുടിയുണ്ടായിരുന്നു എന്നു തോന്നുന്നില്ല. *എനിക്ക് പത്തുവയസ്സുപ്രായം ചെന്നകാലത്ത് അദ്ദേഹം ഐഹികം വെടിഞ്ഞു. അതിനാൽ അദ്ദേഹത്തെ സംബന്ധിച്ച പൂർണ്ണവിവരങ്ങൾ നേരിട്ടറിയുവാൻ എനിക്കിടയായിട്ടില്ല. അദ്ദേഹം നിർബ്ബന്ധബുദ്ധിയായിരുന്നുവെങ്കിലും, സ്നേഹസമ്പന്നനായ ഒരു പിതാവാണെന്ന് എനിക്കറിയാം. അദ്ദേഹത്തിന്റെ ആത്മാവിന് ഞാൻ നിത്യശാന്തി നേരുന്നു.

എന്റെ മാതാവ് നാല് ആൺകുട്ടികളേയും രണ്ടു പെൺകുട്ടികളേയും പ്രസവിച്ചു. അവരിൽ മൂത്തയാളായ ഞാനും ഒടുവിലത്തെ ആളായ പ്രഭാകരനും മാത്രമേ ഇന്ന് ജീവിച്ചിരിപ്പുള്ളൂ. ഇന്ന് എന്റെ ഭവനത്തിൽ ഉള്ള മറ്റംഗങ്ങൾ നാണിക്കുട്ടി അമ്മ (അമ്മയുടെ അനുജത്തി), അവരുടെ മക്കളായ ചെല്ലപ്പൻ (അച്ചുതപ്പണിക്കർ), ഇന്ദിരാദേവി ഇവരും, അമ്മയുടെ അമ്മാവനായ ഗോവിന്ദപ്പണിക്കർ, അദ്ദേഹത്തിന്റെ മാതൃസഹോദരീപുത്രനായ രാമപ്പണിക്കർ ഇവരുമാണ്. ഗോവിന്ദപ്പണിക്കർക്ക് എഴുപത്തിനാല് വയസ്സായിരിക്കുന്നു; രാമപ്പണിക്കർക്ക് അറുപത്തിയൊന്നും. ഗോവിന്ദപ്പണിക്കർക്ക് പരസ്യമായി പതിനാറു ഭാര്യമാരുണ്ടായിരുന്നു. എന്നാൽ ഒന്നിലെങ്കിലും ഒരു കുട്ടി ജനിച്ചിട്ടില്ല. രാമപ്പണിക്കർക്ക് ഒരു ഭാര്യയേ ഉള്ളൂ. പക്ഷേ, കുട്ടികൾ **ഒൻപതോ പത്തോ ഉണ്ട്. അവിടേയും ഒരു വിശേഷം; പെൺകുട്ടികളുടെമാത്രം പിതാവാകുവാനേ അദ്ദേഹത്തിനുപറ്റൂ. ആൺകുട്ടി ആ ദമ്പതികൾക്ക് അപ്രാപ്യമായിരിക്കുന്നു. അദ്ദേഹത്തിന്റെ പുത്രിമാരെല്ലാംതന്നെ സുന്ദരികളെന്നപോലെ സുശീലകളുമാണ്. സമ്പത്തുകുറവാണെങ്കിലും സൗഭാഗ്യത്തിന്റെയും സംതൃപ്തിയുടെയും ഒരു കുടുംബം. മൂത്തഅമ്മാവൻ ശുദ്ധഹൃദയനും സ്നേഹശീലനുമാണ്. അദ്ദേഹം ഇന്നും വാർദ്ധക്യത്തോടെതിർത്ത് അരോഗദൃഢഗാത്രനായിത്തന്നെ ജീവിക്കുന്നു. പകൽമുഴുവൻ പറമ്പിൽ ഓരോ ജോലിചെയ്തുകൊണ്ടിരിക്കും. ഇങ്ങനെ വിശ്രമംവേണ്ടാത്ത ഒരു മനുഷ്യനെ ഞാൻ കണ്ടിട്ടില്ല. ഇപ്പോൾ ഏകാകിയായി വീട്ടിലെ ഒരു മുറിയിൽ കുടിയിരിക്കുകയാണ്-എന്നുവച്ചാൽ, ഏകാന്തതയാണ് അദ്ദേഹത്തിന്റെ ഇന്നത്തെ പരസ്യമായ ഭാര്യ, എന്നർത്ഥം.

എന്റെ അനുജത്തി-ഇന്ദിര-ഏഴുവയസ്സുപ്രായമുള്ള ഒരു കൊച്ചുമിടുക്കത്തിയാണ്. അവളത്രേ ഞങ്ങളുടെ കുടുംബത്തിലെ ഏകസന്താനവല്ലി. അവൾ ഞങ്ങളുടെ പ്രാണനാഡിയാണ്. മാതാപിതാക്കന്മാരേക്കാൾ അവൾ എന്നെയാണ് സ്നേഹിക്കുന്നത്. ഈശ്വരൻ അവളെ അനുഗ്രഹിക്കട്ടെ.

പ്രഭാകരപ്പണിക്കർ-എന്റെ അനുജൻ-ഇപ്പോൾ കൊച്ചിയിൽ സ്കൂൾഫൈനൽ ക്ലാസിൽ പഠിക്കുന്നു. നല്ല സഹൃദയനാണ്. കവിത

* കൊ.വ.1100-ാം ആണ്ട് മകരമാസത്തിലാണ് അച്ഛൻ മരിച്ചത്. ചേട്ടന് പതിനൊന്ന് വയസ്സ്. അഞ്ചാമനാണ് പ്രഭാകരൻ. കനകം ആയിരുന്നു ഒടുവിലത്തെ ആൾ. രണ്ടുപേരും ഇന്നു ജീവിച്ചിരിപ്പില്ല. രാമൻപിള്ളയാണ് പണിക്കരല്ല (പ്രഭാകരൻ)

** ഏഴുപേർമാത്രം

കളും കഥകളും മറ്റും എഴുതുന്നതുകാണാറുണ്ട്. എന്നെ കാണിക്കാറില്ല. എല്ലാം രഹസ്യമാണ് അദ്ദേഹത്തിന്റെ കാര്യം. പാവമാണെന്ന് കണ്ടാൽ തോന്നും. പാട്ടിൽ വാസനയുണ്ട്. പുകവലി തുടങ്ങിയിട്ട് ഏറെനാളായി. സ്നേഹിക്കുന്ന ഒരു ഹൃദയമുണ്ട്.

ചെല്ലപ്പൻ എന്ന അപരനാമധേയത്താൽ അറിയപ്പെടുന്ന അച്ചുതപ്പ ണിക്കർ-എന്റെ അടുത്ത അനുജൻ-ആൾ ബഹുസമർത്ഥനാണ്. ചുണ ക്കുട്ടി. ടെക്സ്റ്റൈൽ ടെക്നോളജി ഡിപ്ളോമാ കോഴ്സ് പരീക്ഷയിൽ ഒന്നാമനായി ജയംനേടി. പലേ സമ്മാനങ്ങളും മെഡലുകളും സമ്പാദി ച്ചിട്ടുണ്ട്. ആൾ ദീർഘകായനാണ്, സുമുഖനാണ്. വീമ്പടിക്കാൻ ഒട്ടും പിന്നോക്കമല്ല. ബോംബെയിലെ ഒരുമില്ലിൽ ഒരു അസിസ്റ്റന്റ് സൂപ്രവൈ സറുടെ ഉദ്യോഗമുണ്ട്. അദ്ദേഹം ഈയിടെ വിവേകാനന്ദകൃതികളിൽ ആവേശംപൂണ്ടിരിക്കയാണെന്നാണ് ബോംബെയിൽനിന്നു നാട്ടിൽവന്ന പ്പോൾ എന്നോട് ആദ്യമായി പറഞ്ഞത്. ഗ്രന്ഥങ്ങളിൽനിന്നും അതിലധിക മായി സ്വാനുഭവങ്ങളിൽനിന്നും, മനഃശാസ്ത്രം കുറച്ചൊക്കെ മനസ്സിലാ ക്കിയിട്ടുണ്ടെന്നു വിശ്വസിക്കുന്ന ഞാൻ അദ്ദേഹത്തിന്റെ ആ പ്രസ്താവ ത്തിൽ ഒരു ചോദ്യചിഹ്നം ദർശിച്ചു. എന്റെ സ്വന്തം അനുജനേക്കാൾ അദ്ദേഹത്തോടെനിക്കിഷ്ടമുണ്ട്. ഭൗതികമായി ഒരുന്നതസ്ഥിതിയിൽ എത്തുവാനുള്ള സർവ്വകഴിവുകളും അദ്ദേഹത്തിനുണ്ടെന്നെനിക്കറിയാം. അദ്ദേഹത്തിന്റെ പേരിൽ എനിക്കാശങ്കയില്ല. പക്ഷേ, മറ്റേ അദ്ദേഹം-

എന്റെ കുടുംബം പുരാതനമാണെന്നു മുൻപ് പ്രസ്താവിച്ചിട്ടു ണ്ടല്ലോ. ഒന്നുകൂടി വിശദമാക്കാം. പറങ്കികളുമായി ഇടപ്പള്ളിയിൽ പ്രാചീന കാലത്തു നടന്നിട്ടുള്ള ചില ഭയങ്കരയുദ്ധങ്ങളിൽ, ഇടപ്പള്ളിരാജാ വിന്റെ അജയ്യനായ സേനാനായകനായി പരിശോഭിച്ച്, അവസാനം ആത്മഹത്യകൊണ്ട് ജീവിതം അവസാനിപ്പിച്ചുവെന്നു വിശ്വസിക്കപ്പെ ടുന്ന അദൃഷ്ടനായ രണശൂരനിൽ-മാർത്താണ്ഡപ്പണിക്കർ-ആരംഭിച്ച്, കാലഗതിയിൽ പലേപരിണാമങ്ങൾക്കും വിധേയമായി, വ്യാപാരികൾ, ആട്ടക്കാർ, ആനക്കാരന്മാർ, അകമ്പടിശേവുകക്കാർ, അടിച്ചുതളിക്കാ രികൾ ഇങ്ങനെ പലേതുറകളിലുംപെട്ട ഭിന്നജീവികൾക്ക് ജന്മമരുളിയ ഒരു വൃദ്ധകുടുംബമാണ് ചങ്ങമ്പുഴ. ഒരുകാലത്ത് വളരെ സമ്പന്നമായി രുന്ന കുടുംബം മിക്കവാറും ക്ഷയിച്ചുതുടങ്ങിയ ദയനീയഘട്ടത്തിലാണ് എന്റെ ആവിർഭാവം. എനിക്കും സാമ്പത്തികമായി അതിനെ ഉയർത്തു വാൻ കഴിവില്ലാതായിപ്പോയി. ആ ഭാരം അനന്തരഗാമികൾക്കായി വിട്ടു കൊടുത്തിട്ട് ഞാനും കാലയവനികയിൽ മറയുവാൻ പോകുന്നു....

എന്റെ ശൈശവം ശിശിരപ്രഭാതംപോലെ ശാന്തസുന്ദരമായിരുന്നു. പക്ഷേ, അന്നും ഞാൻ ദുഃഖിച്ചിട്ടുണ്ട്. പിതാവും വലിയ നിർബ്ബന്ധബുദ്ധി യായിരുന്നുവെന്നു ഞാൻ പറഞ്ഞിട്ടുണ്ടല്ലോ. അദ്ദേഹം എനിക്ക് യാതൊരു സ്വാതന്ത്ര്യവും അനുവദിച്ചിരുന്നില്ല. അദ്ദേഹം രണ്ടോമൂന്നോപ്രാവശ്യം മാത്രമേ എന്നെ ശപിച്ചിട്ടുള്ളൂ എങ്കിലും ഞാൻ അദ്ദേഹത്തെ ഒരു ദുഷ്ട മൃഗത്തേക്കാൾ ഭയപ്പെട്ടു. ഞാൻ സായാഹ്നങ്ങളിൽപ്പോലും കളിക്കാൻ പാടില്ല. കൂട്ടുകാരെ സ്വീകരിച്ചുകൂടാ. നേരെ കിഴക്കേവീട്ടിലെ പൊന്നു,

കൊച്ചമ്മു (എൻ കെ പൊന്നമ്മ, എൻ കെ ലക്ഷ്മിക്കുട്ടി അമ്മ) എന്നീ രണ്ടു പെൺകുട്ടികൾ മാത്രമേ എനിക്ക് കൂട്ടുകാരായിട്ടുണ്ടായിരുന്നുള്ളൂ. അച്ഛനിൽനിന്ന് അക്കാര്യത്തിൽ അനുമതി കിട്ടിയിട്ടുണ്ട്. സദാ പുസ്തകം വായിച്ചുകൊണ്ടിരിക്കണം. ഒന്നാം ക്ലാസിൽ പഠിക്കുമ്പോൾ തന്നെ ഞാൻ ബി എ ക്കാരാനായിത്തീരണമെന്നായിരിക്കണം അദ്ദേഹം ആശിച്ചിരുന്നത്. പള്ളിക്കൂടത്തിലേക്ക് കാൽഫർലോങ് ദൂരമില്ല. അതിനാൽ രണ്ടാമത്തെ മണിയടിച്ചതിനുശേഷമേ ഞാൻ വീട്ടിൽനിന്നിറങ്ങിക്കൂടൂ. എന്തൊരു കർശനമായ ആജ്ഞ... യഥാർത്ഥത്തിൽ സ്വതന്ത്രമായി ശ്വാസോച്ഛ്വാസംചെയ്യാൻപോലും ഞാൻ ഭയപ്പെട്ടിരുന്നു. ഇങ്ങനെ എന്റെ ദൃഷ്ടിയിൽ, സുഖസമൃദ്ധമെങ്കിലും നരകതുല്യമായിത്തീർന്നു എന്റെ ശൈശവം. അന്നെന്റെ പ്രാണനെപ്പോലെ ഞാൻ സ്നേഹിച്ചിരുന്നത് എന്റെ ആ കൊച്ചുകളിത്തോഴിയെ-കൊച്ചമ്മുവിനെ-ആണ്. അങ്ങനെ പത്തുവയസ്സുവരെ ഞാൻ ഒരുവിധം കഴിച്ചുകൂട്ടി. ഭാഗ്യം കൊണ്ടെന്നാണ് ഞാനന്നു വിചാരിച്ചത്, എന്റെ അച്ഛൻ മരിച്ചു എന്നു കേട്ടു, അതായത് അച്ഛന്റെ വീട്ടിൽനിന്ന് ഒരു കാർഡ് വന്നു. അമ്മയും മറ്റും വാവിട്ടുകരയുന്നതിനിടയിൽ മൂഢമായ എന്റെ ശിശുഹൃദയം ആനന്ദനൃത്തം ചെയ്യുകയായിരുന്നു. എന്തെന്നാൽ മൂകമായിട്ടാണെങ്കിലും, ചിരകാലമായി പ്രാർത്ഥിച്ചിരുന്ന-കൊതിച്ചിരുന്ന-ആ അജ്ഞാതമായ സ്വാതന്ത്ര്യത്തിന്റെ മാധുര്യം അനുഭവിക്കാനുള്ള സൗഭാഗ്യം എനിക്ക് സിദ്ധിച്ചിരിക്കുന്നു. പൈശാചികമായ എന്റെ മനോഭാവത്തിൽ പില്ക്കാലങ്ങളിൽ പലപ്പോഴും എന്റെ വിവേകം പശ്ചാത്തപിച്ചിട്ടുണ്ട്.

അച്ഛൻ ജീവിച്ചിരുന്നകാലത്ത്, ഒഴിവുകാലങ്ങളിൽ കൊച്ചിയിലുള്ള അച്ഛന്റെ വീട്ടിലേക്ക് എന്നെക്കൂടികൊണ്ടുപോകും. അവിടം എനിക്ക് സ്വർഗ്ഗമാണ്. കാരണം, കൂട്ടുകാരുണ്ട്. ഏതാണ്ട് എന്റെ പ്രായത്തിൽത്തന്നെയുള്ള കുട്ടികൾ-അച്ഛന്റെ മരുമക്കൾ! പുറമേ അയൽ വീടുകളിലെ കുട്ടികളും. അവരിൽ ഞാൻ ഏറ്റവും ഇഷ്ടപ്പെട്ടിരുന്നത് അച്ഛന്റെ ഏക ഭാഗിനേയിയായ പൊന്നുവിനെയാണ്. അവൾ മരിച്ചിട്ട് മൂന്നുകൊല്ലമായി. ആ പെൺകിടാവിനെക്കുറിച്ചുള്ള ചിന്ത ആകസ്മികമായി പലപ്പോഴും എന്റെ ഹൃദയത്തെ ബാധിച്ചിട്ടുണ്ട്. പൊന്നുവിനെ എന്നെകൊണ്ട് വിവാഹം കഴിപ്പിക്കുമെന്ന് അച്ഛൻ പലപ്പോഴും പറഞ്ഞിട്ടുള്ളതാണ് അതിനുകാരണം. ഒരുപക്ഷേ, അച്ഛൻ അവളോടും അങ്ങനെപറഞ്ഞിരുന്നിരിക്കാം. എന്നെക്കാണുമ്പോഴെല്ലാം-ആ പെൺകുട്ടി ഒരു യുവതിയായിത്തീർന്നതിനുശേഷം-അവളുടെ ഭംഗിയുള്ള നീലക്കൺമുനകൾ ബാഷ്പാർദ്രമായിത്തീരാറുണ്ട്. അവൾ എന്നെ ആശിച്ചിരുന്നു. ഞാനും അവളെ ഇഷ്ടപ്പെട്ടിരുന്നു. അവളെ വിവാഹം കഴിക്കണമെന്ന് അവളുടെ മാതാപിതാക്കന്മാർ ആവശ്യപ്പെട്ടു. എന്റെ മാതാവിനും മറ്റു കുടുംബാംഗങ്ങൾക്കും അതിൽ യാതൊരപ്രീതിയും ഉണ്ടായിരുന്നില്ല. എന്നിട്ടും ഞങ്ങൾ ദമ്പതികളായില്ല. വിധി ഞങ്ങളെ വിവാഹബന്ധത്തിൽ ഘടിപ്പിച്ചില്ല. വിവാഹശേഷം ആറുമാസം തികയുന്നതിനുമുമ്പ് മനസ്വിനിയും മനോഹരിയുമായ ആ യുവതി അകാലചരമം പ്രാപിച്ചു. മൂകമായ ഒരു ശോകം മരവിപ്പിക്കുന്ന ഒരു നിരാശ, പനിനീർപ്പൂപോലെ സുന്ദരമായ

അവളുടെ ഹൃദയത്തെ, ലോകമറിയാതെ ഏകാന്തതയിലങ്ങനെ കാർന്നു കൊണ്ടിരുന്നീല്ലന്നാർക്കറിയാം? രാമേശ്വരത്തെ പരിപാവനങ്ങളായ കടൽത്തിരകൾ ഉപചാരപൂർവ്വം ആശ്ലേഷിച്ചുകൊണ്ടിരിക്കുന്ന അവളുടെ ഉറപ്പില്ലാത്ത അസ്ഥിഖണ്ഡങ്ങളിൽ ശോകാത്മകമായ ഒരു സ്പന്ദനം ഇപ്പോഴും തങ്ങിനില്ക്കുന്നുണ്ടാകും. എന്നെ സമീപിക്കുന്ന സ്വപ്നരംഗ ങ്ങളിൽ പലതിലും അവളുടെ പാദമുദ്രകൾ പതിയാറുണ്ട്. ജാഗ്രാവസ്ഥ യിൽ എത്തിച്ചേരുമ്പോൾ ആ ദർശനം എന്നെ ദുഃഖിപ്പിക്കുന്നു. ആ അസ്ഥിശകലങ്ങളിൽനിന്നും നേർത്തുനേർത്ത ഒരു വിലാപവീചി വിദൂരസ്ഥനായ എന്റെ ആത്മാവിന്റെ അദൃശ്യതന്ത്രികളെ മന്ദം മന്ദം ചലിപ്പിക്കുമ്പോൾ എനിക്ക് രോമാഞ്ചമുണ്ടാവുകയും എന്റെ കണ്ണുകൾ ജലാർദ്രമായിത്തീരുകയും ചെയ്യുന്നു. അവളുടെ അകാലചരമത്തിൽ ഞാൻ അപരാധിയാണോ എന്ന ആശങ്കപോലും എനിക്കുണ്ടാകാറുണ്ട്....

എന്റെ പിതാവിന് അമ്മയോട് അതിർകവിഞ്ഞ സ്നേഹമുണ്ടായി രുന്നുവെന്നതിൽ സംശയമില്ല. എന്നാൽ അതേസമയംതന്നെ അദ്ദേഹം ഒരു സ്ത്രീജിതനുമായിരുന്നു. അദ്ദേഹത്തിന്റെ കൂട്ടുകാരിൽ ചിലർ ഇന്നും ജീവിച്ചിരിപ്പുണ്ട്. അവരിൽനിന്നും ഞാൻ ഗ്രഹിച്ച ചില കാര്യങ്ങൾക്കടി സ്ഥാനം അവരുടെ ആവക പ്രസ്താവങ്ങൾ മാത്രമാണ്. എന്റെ ചില സ്മരണകൾ ആ പ്രസ്താവങ്ങളുടെ പരമാർത്ഥത്തെ സാധൂകരിക്കുന്നു. കൊച്ചിയിൽ താമസിക്കുന്നകാലത്ത് പലപ്പോഴും ഞാൻ അച്ഛന്റെ പിന്നാലെ ഇറങ്ങിത്തിരിക്കുക പതിവാണ്. അച്ഛൻ എന്നെ ചില ഭവന ങ്ങളിൽ കൊണ്ടുപോകും. അവിടെയുള്ള സ്ത്രീകൾ അതിരറ്റ വാത്സല്യം പ്രദർശിപ്പിച്ച് എന്നെ ഓമനിക്കുകയും, പലഹാരങ്ങളും മറ്റുംതന്ന് സന്തോ ഷിപ്പിക്കുകയും ചെയ്തിരുന്നു.

ഒരിക്കൽ രസകരമായ ഒരു സംഭവമുണ്ടായി. കൊച്ചിയിൽത്തന്നെ വെച്ചാണ്-ഒരു ഭവനത്തിൽ അതേതെന്ന് ഇന്നും എനിക്കറിഞ്ഞു കൂടാ-മുൻപ്രസ്താവിച്ചപോലെ ഞാൻ അച്ഛനോടൊന്നിച്ചുപോയി. എനിക്ക് ഏഴോ എട്ടോ വയസ്സ് പ്രായം കാണും. എന്നെ മുൻവശത്തുള്ള ഒരു മേശപ്പുറത്തിരുത്തിയിരിക്കുകയാണ്. അച്ഛൻ മുറിയിലേക്ക് കയറി. അടുക്കളയിലോ മറ്റോ ചെന്ന് ഒരു കത്തിയുമെടുത്ത് കൈയിൽപിടിച്ചു കൊണ്ട് കൂടെ ഒരു സ്ത്രീയും കയറി; വാതിലുകൾ അടയ്ക്കപ്പെട്ടു. ഞാൻ ഭയവിഹ്വലനായിത്തീർന്നു. അക്കാലത്തുതന്നെ എന്റെ ഭാവ നയ്ക്ക് പ്രായത്തെക്കവിഞ്ഞ നിർമ്മാണപാടവം സിദ്ധിച്ചിരുന്നു. ആ സ്ത്രീ എന്റെ അച്ഛനെ കൊല്ലുവാനാണ് കത്തിയുംകൊണ്ട് അകത്തു കടന്നതെന്നു ഞാൻ ദൃഢമായി വിശ്വസിച്ചു. *ആ വിശ്വാസത്തിനു നിദാനം അക്കാലത്തു കാണുവാനിടയായിട്ടുള്ള കഥകളിയിലെ ചില രംഗങ്ങളാണ്. കഥകളിയിൽ വാളെടുത്തു വെട്ടിക്കൊല്ലുന്നതുകണ്ട് ഞാൻ വാവിട്ടു കരഞ്ഞിട്ടുണ്ട്. ഏതാനും നിമിഷങ്ങൾ ഞാൻ ഒന്നും മിണ്ടിയില്ല. ആ സ്ത്രീ എന്റെ അച്ഛനെ കഥകളിയിൽകണ്ടപോലെ അങ്ങനെ വെട്ടിക്കൊല്ലുന്ന കാഴ്ച എന്റെ മനോദർപ്പണത്തിൽ ഞാൻ പ്രതിഫലിച്ചു

* 'വാളുംകത്തിയു'മെന്ന ചങ്ങമ്പുഴക്കവിതയ്ക്കാധാരമായ സംഭവം.

കണ്ടു. ആ കാഴ്ച എനിക്ക് സഹിച്ചില്ല. "എന്റെ അച്ഛനെ കൊല്ലല്ലേ" എന്നുപറഞ്ഞ് ഞാൻ വാവിട്ടു കരയാൻ തുടങ്ങി. ആ ഭവനത്തിൽ മറ്റു സ്ത്രീകളുണ്ടായിരുന്നു. അവർ ഓടിവന്നു. വാതിൽ തൽക്ഷണം തുറക്കപ്പെട്ടു. "എന്താ മോനെ?" എന്നുചോദിച്ചുകൊണ്ട് അച്ഛനും, തൊലി ചെത്തിയ വെള്ളരിക്കപോലുള്ള ഒരു വലിയ മാമ്പഴവും കത്തിയും ഓരോ കൈയിൽ പിടിച്ചുകൊണ്ട് ആ സ്ത്രീയും എന്റെ മുന്നിൽ പ്രത്യക്ഷപ്പെട്ടു. ഹാവൂ! എനിക്കു സമാധാനമായി. ആ സ്ത്രീ എന്റെ അച്ഛനെ കൊന്നിട്ടില്ല. കരഞ്ഞതിന്റെ കാരണം ചോദിച്ചപ്പോൾ, കരഞ്ഞുകൊണ്ടുതന്നെ ഞാൻ അതു വിശദപ്പെടുത്തി. അതുകേട്ട് ആ സ്ത്രീക്ക് മുഖവൈവർണ്ണ്യമോ, ജാള്യതയോ ഉണ്ടായോ എന്നും എന്റെ അച്ഛൻ ഇളിഭ്യനായോ എന്നും മറ്റും ഞാൻ അറിഞ്ഞില്ല. അപ്പോഴും ഞാനങ്ങനെ ഓർത്തോർത്തു തേങ്ങുകയായിരുന്നു. ഏതായാലും അവരും അച്ഛനും ഒത്തൊരുമിച്ച് എന്നെ സാന്ത്വനിപ്പിച്ചു.

എനിക്കു കാപ്പികിട്ടി. പലഹാരങ്ങൾ കിട്ടി. അച്ഛൻ എന്നെ പിന്നീടവിടെത്തനിച്ചുവിട്ടിട്ടകത്തേക്കു പോവുകയുണ്ടായില്ല. കുറെനേരം കഴിഞ്ഞ് ഞങ്ങൾ മടങ്ങിപ്പോന്നു. പക്ഷേ, പിന്നീടൊരിക്കലും അച്ഛൻ എന്നെ അങ്ങനെയൊരു ഭവനത്തിൽ കൊണ്ടുപോവുകയുണ്ടായിട്ടില്ല. മാച്ചാലുംമാച്ചാലും മനസ്സിൽനിന്നുമാഞ്ഞുപോകാത്ത ഒരു ചിത്രമാണല്ലോ അത്. ആ ഭവനം വെറുമൊരു വേശ്യാലയമായിരുന്നു എന്ന് എനിക്ക് തോന്നുന്നില്ല. സാമാന്യം ഭേദപ്പെട്ട കൂട്ടരാണതിലെ അന്തേവാസികളെന്നാണ് ഇന്നെനിക്ക് തോന്നുന്നത്. എന്തോ! ഏതായാലും ആവക സ്മൃതിചിത്രങ്ങൾ അച്ഛനെ സംബന്ധിച്ച്, അച്ഛന്റെ കൂട്ടുകാർ ചിലർ പറഞ്ഞിട്ടുള്ള വൃത്താന്തങ്ങൾ കേവലം അടിസ്ഥാനരഹിതങ്ങളല്ലെന്നുള്ളതിന്റെ തെളിവുകളായി ഇന്നും എന്റെ മനസ്സിൽ ശേഷിച്ചിട്ടുണ്ട്...

ലിംഗബന്ധപരമായ മനുഷ്യന്റെ ദൗർബല്യത്തിന്-അഥവാ ആവേശത്തിന്-ഇതിലധികം അധമമായിട്ടുള്ള ഒരു ദൃഷ്ടാന്തം സാദ്ധ്യമല്ലാത്ത വിധത്തിൽ അത്ര പൈശാചികവും ജുഗുപ്സാവഹവുമായ ഒരു രതിവൈകൃതരംഗത്തിൽ എന്റേതൊഴികെ ലോകത്തിൽ മറ്റേതെങ്കിലും വ്യക്തിയുടെ 'വിദ്യാരംഭം' നിർവ്വഹിക്കപ്പെട്ടിട്ടുണ്ടോ എന്നു സംശയമാണ്. അതിന്റെ സ്വാധീനശക്തി ഇന്നും എന്നിൽ അവശേഷിച്ചിട്ടുണ്ട്. ആ സ്മൃതിചിത്രം ഇന്നും എന്നെ കിടുകിടുപ്പിക്കുന്നു. എനിക്ക് അഞ്ചുവയസ്സ് പ്രായമേ ഉള്ളൂ. അച്ഛൻ എന്നെ 'എഴുത്തിനുവെക്കു'വാനായി 'തിരുവള്ളക്കാവി'ലേക്ക് കൊണ്ടുപോയി. തൃശ്ശിവപേരൂരിനും ഇരിങ്ങാലക്കുടയ്ക്കും മദ്ധ്യേയുള്ള ഒരു സ്ഥലമാണത്. റോഡരികിൽത്തന്നെ ഒരു ക്ഷേത്രമുണ്ട്. 'വിദ്യാരംഭ'ത്തിനു വിഖ്യാതമായ ഒരു ക്ഷേത്രമാണത്രേ അത്. ആ ക്ഷേത്രത്തെക്കുറിച്ച് പല ഐതിഹ്യങ്ങളുമുണ്ടെന്നറിയുന്നു. വിദ്യാരംഭത്തിന്റെ തലേദിവസം മദ്ധ്യാഹ്നത്തിൽ ഞങ്ങൾ സ്ഥലത്തെത്തിച്ചേർന്നു-എന്നുവെച്ചാൽ 'പെരുമനം' എന്ന സ്ഥലത്തെത്തിച്ചേർന്നു. തിരുവള്ളക്കാവിലേക്ക് അവിടെനിന്നും ഒന്നോരണ്ടോ നാഴികയുണ്ടെന്നു തോന്നുന്നു. പെരുമനത്ത് അച്ഛന്റെ ഒരു സ്നേഹിതനുണ്ടായി

രുന്നു. ആ സ്നേഹിതന്റെ നിർദ്ദേശപ്രകാരമാണ് എന്നെ എഴുത്തിനു വയ്ക്കാനങ്ങോട്ടു കൊണ്ടുപോയത്. സാമാന്യം ധനസ്ഥിതിയുള്ള ഒരു കുടുംബത്തിലെ ഗൃഹനായകനായിരുന്നു അച്ഛന്റെ സുഹൃത്ത്. ആ സുഹൃത്തിന്റെ മകളായി-ഏകപുത്രിയായി-ഒരു യുവതിയുണ്ടായിരുന്നു. അമ്മു എന്നാണവളുടെ പേർ. 'അമ്മുച്ചേച്ചി' എന്നു അവളെ ഞാൻ വിളിച്ചത് ഇന്നും ഞാൻ മറന്നിട്ടില്ല. അന്നവൾക്ക് കഷ്ടിച്ച് പതിനേഴോ പതിനെട്ടോ വയസ്സ് കാണുമെന്നു തോന്നുന്നു. ഞാൻ എപ്പോഴും അമ്മുച്ചേച്ചിയോടൊന്നിച്ചായിരുന്നു. പ്രജ്ഞാമണ്ഡലത്തിന്റെ വിദൂരസീമയിൽ എന്നെ കൊഞ്ഞനെക്കുത്തികൊണ്ടുനില്ക്കുന്ന ആ രതിവൈകൃതരംഗം, പരമപവിത്രമായ എന്റെ 'വിദ്യാരംഭ'ത്തിന്റെ പീഠികയായിത്തീരാനിടവന്ന നിർഭാഗ്യത്തെക്കുറിച്ചോർക്കുമ്പോൾ, ലജ്ജ, അമർഷം, നൈരാശ്യം ഇവയെല്ലാമൊത്തൊരുമിച്ച് ഒരുമിശ്ര വികാരം ഇന്നും എന്റെ ഹൃദയമണ്ഡലത്തിൽ കൊടുങ്കാറ്റടിക്കുന്നുണ്ട്. എന്നാൽ അന്നാകട്ടെ അവാച്യവും ആലോചനാതീതവുമായ ഒരവ്യക്താനന്ദാനുഭൂതിയിൽ എന്റെ ഹൃദയകുഡ്മളം കോരിത്തരിക്കുകയാണുണ്ടായതെന്നുള്ള പരമാർത്ഥം ഞാൻ മറച്ചുവയ്ക്കുന്നില്ല. ഒരുപക്ഷേ, ശപ്തമായ ആ അനുഭവത്തിന്റെ മാരകശക്തിയായിരിക്കാം പില്ക്കാലങ്ങളിൽ, സംസ്കാരവും വിവേചനാശക്തിയും ഉണ്ടായിട്ടുപോലും, സന്മാർഗ്ഗികജീവിതത്തിന്റെ നിത്യദീപ്തമായ തേജോമേഖലയിൽനിന്നും അനിയന്ത്രിതമാംവിധം അകന്നകന്ന് അന്ധകാരാവൃതമായ പാപകൂപങ്ങളിൽ എന്റെ ആത്മസത്തയെ പരിതാപകരമായ രീതിയിൽ ഞാൻ അധഃപതിപ്പിച്ചത്. എന്തുമാകട്ടെ, സ്ത്രീയോടുള്ള എന്റെ വിദ്വേഷത്തിന്റെ ആദ്യത്തെ വിത്തുവീണിട്ടുള്ളത് ആ രതിവൈകൃതരംഗത്തിലായിരുന്നുവെന്ന് ഇന്നെനിക്ക് അപഗ്രഥിച്ചറിയുവാൻ സാധിക്കുന്നുണ്ട്. ആ വ്യക്തിയേയോ, ആ ഭവനത്തേയോക്കുറിച്ച് ഇന്നും എനിക്കുയാതൊന്നും അറിഞ്ഞുകൂടാ. ആ സ്ഥലത്ത് -പെരുമനത്ത്-ഞാൻ ഇതുവരെ പോയിട്ടുമില്ല. എങ്കിലും എന്റെ പിതാവുചെയ്തപോലെ, ഞാനും എന്റെ കുട്ടിയെ തിരുവല്ലക്കാവിൽതന്നെ കൊണ്ടുപോയാണ് എഴുത്തിനരുത്തിയത്. എന്റെ പുത്രന് രണ്ടുവയസ്സും രണ്ടുമാസവും മാത്രമേ പ്രായമുണ്ടായിരുന്നുള്ളൂ. മാത്രമല്ല ഞാനും എന്റെ പുത്രനും ക്ഷേത്രത്തിനു തൊട്ടുള്ള വാരിയത്ത് സൗജന്യനിധിയായ ഗൃഹനാഥന്റെ ഔദാര്യം പ്രദാനം ചെയ്ത ഒരു പഴയ തഴപ്പായിൽ ചുരുണ്ടുകൂടി രാത്രി കഴിച്ചുകൂട്ടുകയാണ് ചെയ്തത്. എന്റെ പിതാവ് പ്രഥമപുത്രന്റെ നിഷ്കളങ്കശൈശവത്തിൽ കരിതേച്ച കാമതാണ്ഡവത്തെക്കുറിച്ച് അറിയാതെതന്നെ ചിതാഗ്നിയിൽ ലയിച്ചു. എനിക്കങ്ങനെ ഒരാശങ്കയ്ക്കുപോലും അവകാശമില്ല.

* * * * * * *

രണ്ടാംക്ലാസിൽ പഠിച്ചുകൊണ്ടിരുന്നകാലത്ത് ഒരിക്കൽ ഞാൻ ഒളിച്ചോടിപ്പോയി. വിദ്യാലയത്തിലേക്കു പുറപ്പെട്ട ഞാൻ കണ്ടവഴികളിൽ കൂടിയെല്ലാം നടന്ന് വീട്ടിൽനിന്ന് ഒന്നുരണ്ടുനാഴിക അകലെയുള്ള ഒരു സ്ഥലത്ത് മദ്ധ്യാഹ്നത്തോടുകൂടി ചെന്നുപറ്റി. വിശപ്പ് സഹിക്കാതായ

പ്പോൾ ഉറക്കെ കരഞ്ഞു തുടങ്ങി. ഒടുവിൽ ഉദാരനായ ഒരാൾ എന്നെ വീട്ടിൽ കൊണ്ടുവന്നാക്കി. എന്റെ ആ പ്രവൃത്തിയുടെ അടിയിൽക്കിടക്കുന്ന പ്രേരകശക്തി അച്ഛന്റെ കർശനമായ ആജ്ഞമൂലം എന്നിലുണ്ടായിരിക്കാവുന്ന അമർഷത്തിന്റെ സ്ഫുരണമല്ലേ എന്ന് ഞാൻ സംശയിക്കുന്നു.

അങ്ങനെ ഞാനും എന്റെ കളിത്തോഴിയായ കൊച്ചമ്മുവുമൊത്തു ചേർന്ന് മധുരമായ ശൈശവകാലം ഏതാണ്ടൊരു 'മധുവിധു'വായിത്തന്നെ കഴിച്ചുകൂട്ടി. ഞാൻ വളർന്നു. എനിക്ക് പത്തുവയസ്സായി. അച്ഛൻ മരിച്ചു. ഞാൻ സ്വതന്ത്രനായി. കളിക്കുവാനും, യഥേഷ്ടം പുറത്തിറങ്ങി നടക്കുവാനും, കൂട്ടരൊത്തു രസിക്കുവാനും എനിക്കു വിഷമമില്ല. പക്ഷേ, വീട്ടിൽ ദാരിദ്ര്യം കടന്നു കൂടിയിരുന്നതിനാൽ എന്റെ സുഖത്തിനു സാരമായ ഇടിവു തട്ടിക്കൊണ്ടിരുന്നു. അച്ഛനുള്ള കാലത്ത് ഞങ്ങൾ അല്ലലെന്തെന്നറിഞ്ഞിട്ടില്ല. അദ്ദേഹം സുഖസമൃദ്ധിയിൽ ഞങ്ങളെ പരിപാലിച്ചിരുന്നു. എന്നാൽ അപ്പോഴാകട്ടെ അസഹ്യമായ ഒരു രൂപാന്തരം! രാവിലെ പതിവായിക്കിട്ടാറുള്ള കാപ്പിയോ ഇഡ്ഡലിയോ പലഹാരങ്ങളോ ഒന്നുമില്ല. വെറും കുറച്ചു കഞ്ഞി, അല്ലെങ്കിൽ കുറച്ച് പഴഞ്ചോറ്. അക്കാലങ്ങളിൽ അതുമനസ്സിനെ പീഡിപ്പിച്ചിരുന്നുവെങ്കിലും ഇന്നതിനെക്കുറിച്ചോർക്കുമ്പോൾ അവർണ്ണനീയമായ ഒരാത്മാനുഭൂതി എനിക്കുണ്ടാകുന്നുണ്ട്.

അന്നത്തെ എന്റെ ആത്മസ്നേഹിതൻ പയ്യപ്പിള്ളിയിൽ ശങ്കരപ്പിള്ളയായിരുന്നു. ഞങ്ങൾ നിത്യവും വൈകുന്നേരം അടുത്ത് 'തൃക്കണ്ണപുരം' എന്നുപേരുള്ള ക്ഷേത്രത്തിന്റെ പാർശ്വാങ്കണത്തിൽ കളിക്കുവാനായി കൂടും. അന്ന് ഞങ്ങൾ കളിച്ചത് ഇന്നാട്ടിൽ 'മന്തൻകാലൻകളി' എന്നു പറയുന്ന ഒന്നാണ്. ആ കളിയിൽ ആകെയുള്ള ആളുകൾ രണ്ടു കക്ഷിക്കാരായി പിരിയുന്നു. കളിസ്ഥലത്തിന്റെ ഒത്തനടുവിൽ കുറുകെയായി ഒരു വര വരയ്ക്കുന്നു. കളിക്കാർ കൈയിൽ ഒരുകെട്ട് പച്ചിലത്തൂപ്പുമായി നിലകൊള്ളുന്നു. ഒരു കക്ഷിയിൽപ്പെട്ട ഒരംഗം മറ്റു കക്ഷികൾ നില്ക്കുന്ന ഭാഗത്തേക്കു ശ്വാസംവിടാതെ "രാമ രാമ രാമ" എന്നുച്ചരിച്ചുകൊണ്ട് ഓടിച്ചെന്ന് ഒരാളത്തൊട്ടിട്ട് ശ്വാസംവിടാതെതന്നെ ആ ഉച്ചാരണം നിർവ്വഹിച്ച് വരയ്ക്കിപ്പുറം പോരണം. തൊട്ടതാരെയോ അയാൾ 'ചീഞ്ഞു'-എന്നുവെച്ചാൽ കളിതീരുന്നതുവരെ, ഒരിടത്ത് ഒഴിഞ്ഞുനില്ക്കണം. കളിയിൽ പങ്കുകൊള്ളാൻ നിവൃത്തിയില്ല. അതുകൊണ്ട് ചീയുന്നകാര്യത്തിൽ ആർക്കും ഇഷ്ടമുണ്ടാവുകയില്ലല്ലോ! രാമരാമക്കാരൻ ശ്വാസംവിടാതെ പാഞ്ഞുവരുമ്പോൾ കക്ഷികൾ പിടികൊടുക്കാതെ ഓങ്ങിയും വാങ്ങിയും ഒഴിഞ്ഞുമാറുവാൻ യത്നിക്കുന്നു. ഇതിനിടയിൽ രാമരാമക്കാരന്റെ ശ്വാസം നിലച്ചു എന്നുകണ്ടാൽ, തുടങ്ങുകയായി പച്ചിലത്തൂപ്പുകൊണ്ടുള്ള പ്രഹരവർഷം. പക്ഷേ, ഒരു നിയമമുണ്ട്-നിർബ്ബന്ധനിയമം. അരയ്ക്കുകീഴോട്ടു മാത്രമെ അടിക്കുവാൻ പാടുള്ളൂ. കക്ഷികളിൽ ഓരോരുത്തനും, പിടികൊടുക്കാതെ ഒഴിഞ്ഞുമാറുവാൻ ശ്രമിക്കുന്നതോടൊപ്പം പരാക്രമിയായ എതിരാളിയുടെ

ശ്വാസം നിലയ്ക്കുന്നുണ്ടോ എന്നു പ്രത്യേകം ശ്രദ്ധിച്ചുകൊണ്ടിരിക്കും. പ്രഹര പ്രധാനമാണല്ലോ കളിയിലെ ഏറ്റവും രസംപിടിച്ച ഭാഗം.

അന്നു കളിക്കിടയിൽ ഒരു പ്രാവശ്യം ആക്രമണത്തിനായി ചാടിപ്പുറപ്പെട്ട സാഹസികൻ 'പയ്ങ്ങാ' (ഞങ്ങളുടെ നാട്ടിൽ 'കളിക്കൂട്ടു' വാനായി ഉപയോഗിക്കുന്ന മൂക്കാത്ത പിഞ്ചടയ്ക്കായ്ക്കാണ് ആ പദം ഉപയോഗിക്കുന്നത്) എന്നു വിളിക്കപ്പെട്ടിരുന്ന ഒരു സാധുബാലനായിരുന്നു. ഞങ്ങളുടെ താവളത്തിൽനിന്നു സാഹങ്കാരം 'രാമരാമേതി' ജപിച്ചുകൊണ്ടു ചാടിപ്പുറപ്പെട്ട യോദ്ധാവിന് എതിർകക്ഷിയുടെ താവളത്തിൽ ചെന്നെത്തിയതോടുകൂടി ഭാഗ്യദോഷത്താൽ ശ്വാസം നിലച്ചുപോയി. തരംനോക്കിയിരിക്കുന്ന ശത്രുവ്യൂഹത്തിന്റെ മർദ്ദന കോലാഹലങ്ങളോടുമല്ലിട്ടോടി വരയ്ക്കിപ്പുറം ചാടിവീഴുവാൻ ആ പാവം പിടിച്ച അഭിനവാഭിമന്യുവിന് സാധിച്ചില്ല. അതിനിടയിൽ ഏതോ ഒരു അന്തം മറന്ന കുന്തക്കാരന്റെ പ്രഹരം, ആ പാവത്തിന്റെ പള്ളയ്ക്കാണു പതിച്ചത്. പാവം പായ്ങ്ങാ. അവൻ ഉറക്കെ കരയാൻ തുടങ്ങി. വേദനയേക്കാൾ നിയമലംഘനം ചെയ്ത അപരാധത്തോടുള്ള പ്രതിഷേധമാണ് ആ രോദനഭൂകമ്പത്തിനടിസ്ഥാനമെന്ന് തീർച്ചത്തന്നെ. ഏതായാലും കളി പെട്ടെന്നു നിലച്ചു. ഇരുകക്ഷികളും തമ്മിൽ വാഗ്വാദകോലാഹലമായി. ഒരു കക്ഷിയിലെ നേതാവ് ഞാനും മറുകക്ഷിയിലെ നായകൻ എന്റെ ആത്മസുഹൃത്ത് ശങ്കരപ്പിള്ളയുമായിരുന്നു. ഒന്നു പറഞ്ഞ്, രണ്ടു പറഞ്ഞ്, ഞങ്ങൾ തമ്മിൽ വഴക്കായി. ഞങ്ങളുടെ സംഘത്തിലെ തലവൻ എന്ന നിലയിലും, നിയമലംഘനാപരാധം മറുകക്ഷിയിലാണെന്നുള്ള പരമാർത്ഥത്തിൽ ഉദ്ദീപ്തമായ ധർമ്മബോധത്താലും, ഞങ്ങൾ തമ്മിലുള്ള സുദൃഢസൗഹാർദ്ദത്തെപ്പോലും അതിക്രമിച്ച് എനിക്കെന്റെ സുഹൃത്തിനോട് ശക്തിയായി തർക്കിക്കേണ്ടിവന്നു. കുറ്റസമ്മതം അദ്ദേഹം ചെയ്യുകയില്ല. എന്തിനേറെ, പറഞ്ഞുപറഞ്ഞ് വഴക്കുമൂത്തു. വാക്സമരം മെയ് പ്രയോഗത്തിലേക്ക് കടന്നു. ഞാൻ സുഹൃത്തിനെക്കാൾ ബലിഷ്ഠഗാത്രനായിരുന്നു. പരസ്പരം അടിയായി, ഇടിയായി, മണ്ണിൽമറിച്ചിട്ട് ഉരുട്ടിപ്പിടുത്തമായി. ഞാൻ ആ പ്രിയതോഴന് കണക്കിനു കൊടുത്തു. മാറുംതോളും മാന്തിപ്പൊളിച്ചു. രക്തം പൊടിച്ചു തുടങ്ങി. വിദ്വാന്റെ കണ്ണിലുംമൂക്കിലും ശിരസ്സിലുമെല്ലാം പൂഴിമണൽ നിറഞ്ഞു. ഗ്രഹപ്പിഴയ്ക്ക് ആ പഴയമുഷിഞ്ഞമുണ്ട് പാളപോലെ കീറുകയും ചെയ്തു. ഒടുവിൽ ചിലർ എന്നെ പിടിച്ചു മാറ്റി. പരിതാപകരമാംവിധം പരാജയംപറ്റിയ ആ പരാക്രമി പക വീട്ടുവാനായി നിർലജ്ജം മറ്റൊരു പായമെടുത്തു. "കാണിച്ചുതരാം, നോക്കിക്കോടാ' എന്നട്ടഹസിച്ചുകൊണ്ട് അയാൾ ഒരോട്ടം-നേരിട്ടെന്റെ വീട്ടിലേക്ക്! എന്റെ ഉള്ള് പകച്ചു തുടങ്ങി. ഞാനും പിന്നാലെ പുറപ്പെട്ടു. കൂടെ മറ്റ് കളിക്കാരും. അയാൾ അമ്മയുടെ മുന്നിൽ ചെന്ന് പരാതി പറഞ്ഞു. അപ്പോഴത്തെ അയാളുടെ വേഷവും രീതിയും എല്ലാം കണ്ടാൽത്തന്നെതോന്നും പാവത്തിനു കണക്കിനുകിട്ടിയിട്ടുണ്ടെന്ന്. എന്റെ മാതാവിന്റെ മൃദുലഹൃദയം ആ ദയനീയദർശനത്തിൽ അലിഞ്ഞുപോയതത്ഭുതമല്ല. അവർ എന്നെ കണക്കിനു

ശിക്ഷിച്ചു. എന്നുവെച്ചാൽ എന്റെ രണ്ടു കൈകളും കൂട്ടിപ്പിടിച്ച് ഒരു നല്ല വടിയെടുത്ത്, എന്നെ ഒരു നൂറു 'പെട' 'പെടച്ചു'കാണും. ആദ്യമൊക്കെ, അഭിമാനിയായ ഞാൻ കൂട്ടുകാർ ചുറ്റും നിന്നിരുന്നതിനാൽ കരയാതിരിക്കാൻ ശ്രമിച്ചു നോക്കി. പക്ഷേ, പ്രഹരമല്ലേ? ഗത്യന്തരമില്ലാതെ ഞാൻ വാവിട്ടുകേണു. എന്റെ കക്ഷിയിൽപ്പെട്ട കളിക്കാർപോലും അതു കണ്ടു രസിച്ചു ചിരിച്ചു; ചിലർ ആർത്തുതുള്ളുകപോലും ചെയ്തു. എന്റെ അഭിമാനത്തിന് വലിയക്ഷതം തട്ടി. പക്ഷേ, എന്തുചെയ്യാനാണ്?

പിറ്റേദിവസം ഒരു ഞായറാഴ്ചയായിരുന്നു. പകൽ ഒരു പതിനൊന്നു മണിയായിക്കാണും. വീട്ടിലെ പൂമുഖത്തിന്റെ (ഇന്ന് ആ പൂമുഖം പൊളിച്ചുകളഞ്ഞ് എന്റെ ഭവനം ഞാൻ പരിഷ്കരിച്ചിട്ടുണ്ട്.) പടിഞ്ഞാറു ഭാഗത്ത് തെക്കെമുറ്റത്തേക്കിറങ്ങുവാനുള്ള വാതിലിന്റെ പടിയിൽ വിദൂരമായ ആകാശത്തേയും അതിൽ സ്വച്ഛന്ദം വിഹരിക്കുന്ന വെള്ളി മേഘങ്ങളേയും ഇളങ്കാറ്റിൽ ഇലഇളകിക്കൊണ്ടിരിക്കുന്ന പച്ചമരപ്പടർപ്പുകളേയും അലക്ഷ്യമായും അലസമായും അങ്ങനെ ഉറ്റുനോക്കിക്കൊണ്ട് ചിന്താമഗ്നനായി ഇരിക്കുമ്പോൾ പെട്ടെന്ന് എന്റെ ഹൃദയാന്തരാളത്തിൽ അജ്ഞാതമായ ഒരു വൈദ്യുതപ്രവാഹമുണ്ടായി. തലേന്നാൾ നടന്ന സംഭവമെല്ലാം ഒരു തോന്നൽ. അതിനുമുൻപൊരിക്കലും, മധുരമായി പദങ്ങൾ (കഥനം) ചൊല്ലുമെന്നല്ലാതെ, ഒരു പദ്യം സ്വന്തമായി എഴുതണമെന്ന് എനിക്ക് തോന്നിയിട്ടില്ല. ഉടൻതന്നെ ഒരു കടലാസും പെൻസിലുമെടുത്ത് ഞാൻ എഴുതാൻ തുടങ്ങി. ഞാൻ എന്തൊക്കെയോ എഴുതി. ഒരൊന്നരമണിക്കൂർ അങ്ങനെ എഴുതിക്കാണും. തലേന്നാൾ നടന്ന സംഭവപരമ്പരകളെല്ലാം പദ്യരൂപത്തിൽ അങ്ങനെ ജന്മമെടുത്തു.ഞാൻ വായിച്ചു നോക്കി. അവാച്യമായ ഒരാനന്ദം. ഞാൻ അതുംകൊണ്ട് ഓടി. ഒരു ഫർലോങ് അകലെ ഒരു ബ്രാഹ്മണകുടുംബം ഒരു ഹോട്ടൽ നടത്തുന്നുണ്ട്. ഹോട്ടൽ ഉടമസ്ഥന്റെ മകൻ ശ്രീ. എൻ രാമയ്യർ എന്റെ സതീർത്ഥ്യനാണ്. സഖാവാണ്. ഒരു ഭ്രാന്തനെപ്പോലെ ഞാനങ്ങോട്ടിരച്ചു പാഞ്ഞുചെന്നു, സതീർത്ഥ്യനെ വിളിച്ചുകൊണ്ട് ഒരു ഒഴിഞ്ഞമൂലയിൽ പോയി എന്റെ പദ്യം മുഴുവൻ വായിച്ചു. ഒരു നൂറോ നൂറ്റൻപതോവരികൾ കാണുമെന്നുതോന്നുന്നു. സുഹൃത്ത് ആ പദ്യം വളരെ കേമമായിട്ടുണ്ടെന്നു അഭിപ്രായപ്പെട്ടു. എനിക്കു സംതൃപ്തിയായി. അവിടെനിന്നോടി മറ്റൊരു കൂട്ടുകാരന്റെ വീട്ടിൽചെന്നു. അയാളേയും അതു വായിച്ചു കേൾപ്പിച്ചു. "ഭേഷായിട്ടുണ്ട്" മതി; ആനന്ദത്താൽ മതി മറന്നു. ഞാൻ ഓരോ കളിത്തോഴന്റേയും ഭവനത്തിൽ എന്റെ പദ്യവുമായി കയറിയിറങ്ങി. എല്ലാവരും നല്ല അഭിപ്രായം പറകയാൽ ഞാൻ കൃതാർത്ഥനായി. ആ പദ്യമാകട്ടെ, അതിനുശേഷം അഞ്ചെട്ടുകൊല്ലക്കാലം തുടർച്ചയായി എഴുതിയിട്ടുള്ള പരസ്സഹസ്രംപദ്യങ്ങളിൽ ഒരൊറ്റവരിയാകട്ടെ ഇന്നെന്റെ കൈവശമില്ല; ഭൂരിഭാഗവും എനിക്കോർമ്മയുമില്ല. അവയെങ്ങനെ നശിച്ചുവെന്ന് ഞാൻ വഴിയെ വിവരിക്കാം. ആ ആദ്യത്തെ കവിതയിലെ നാലുവരികൾ എനിക്കിന്നോർമ്മയുള്ളത് ഇവിടെ കുറിച്ചുകൊള്ളട്ടെ.

'തൃക്കൺപുര'മെന്നുപേരുള്ളൊരമ്പലം

ബാലകൃഷ്ണൻ തന്റെ വാസദേശം
'കുറ്റിച്ചക്കാല'യാം വീടിന്റെമുമ്പിലെ-
ക്കുറ്റിക്കാടുള്ള കളിപ്രദേശം.

ഇങ്ങനെയാണ് പ്രസ്തുത പദ്യം ആരംഭിക്കുന്നത്. അതിനെത്തുടർന്ന് അടുത്തദിവസങ്ങളിൽ ഏതാനും ശ്ലോകങ്ങൾ എഴുതുകയുണ്ടായി.

"മാറങ്കുളത്തിന്റെ കിഴക്കുഭാഗ-
ത്തൊരാലു നില്പ്പുണ്ടതിനപ്പുറത്ത്"

ഈ വരികൾ മറ്റേതോ അജ്ഞാത കവിയുടേതാണെന്ന് ചിലർ എന്നോടുപറയുകയുണ്ടായി. അതു മുൻപെങ്ങാനും ചൊല്ലിക്കേട്ടോ, പഠിച്ചോ, എന്റെ ഹൃദയത്തിൽ ലയിച്ചുകിടന്നതാകാം. പക്ഷേ, അതപഹരണമല്ല. അന്ന് അപഹരണബോധം തന്നെയില്ലല്ലൊ!

"വിശാലമായുള്ള കളിസ്ഥലങ്ങൾ
നിറഞ്ഞിരിക്കുന്നൊരു ഭൂപ്രദേശം
അതിന്നടുത്തുള്ള കുളത്തിനല്ലോ
'മാറങ്കുളം' എന്നിഹ സുപ്രസിദ്ധം!
ഗോസായിമാർ തന്നുടെ ചാവടിക്കും
'കോശേരി' എന്നുള്ളൊരു മാളികയ്ക്കും
കൊച്ചമ്മുതൻ വീട്ടിനുമൊട്ടടുത്താ-
ണിച്ചൊന്നതായുള്ള കളിസ്ഥലങ്ങൾ
*അക്കുഞ്ഞിയാം കുട്ടന്റെടുത്തുതന്നെ
പൂക്കോട്ടു വാഴുന്നൊരു 'വിക്രമൻ' 'ഹാ'
പാത്താച്ചിയാം രാമനുമുണ്ടവേലു
'ശോക്രാ'യുമാ 'ഭാസ്കര' 'തമ്പി'യും ഹാ
ആലിൻതറയിക്കാരവിയാം തിരുപ്പാ-
ടെന്നുള്ളതാം കൂട്ടരുമൊത്തുകൂടി
മുറയ്ക്കുമാസങ്ങു കളിച്ചിടുമ്പോ-
ളുറക്കമുണ്ണീവക വേണ്ട ചെല്ലാം.

ഇങ്ങനെ മലവെള്ളംപോലെ ഒഴുകിപ്പരക്കുന്ന അസംഖ്യം ശ്ലോകങ്ങളും ദ്രാവിഡപദ്യങ്ങളും അക്കാലത്ത് ഞാൻ എഴുതിത്തള്ളിയിട്ടുണ്ട്. മേൽപ്രസ്താവിച്ച പദ്യത്തിന് ഒരു ലഘുവ്യാഖ്യാനം വേണ്ടിയിരിക്കുന്നു. എന്റെ ഭവനത്തിനുമുമ്പിൽ വളരെ വിസ്താരമുള്ള ഒരു കുളമുണ്ട്. അതിന്റെ കിഴക്കുഭാഗത്തും തെക്കുകിഴക്കേമൂലയിലുമുള്ള മണൽപ്പരപ്പിലാണ് നിത്യവും ഞങ്ങൾ കളിക്കാൻ കൂടുക പതിവ്. 'മാറങ്കുളം' എന്നാണ് കുളത്തിന്റെ പേർ. കുളത്തിന്റെ വടക്കുപടിഞ്ഞാറെ മൂലയിൽ ഒരു 'ഹാൾ' ഇപ്പോഴും സ്ഥിതി ചെയ്യുന്നു. ആരും താമസമില്ല. [1]പണ്ടുകാലങ്ങളിൽ ഭിക്ഷാംദേഹികളായി ഇടപ്പള്ളിയിൽ വന്നെത്തുന്ന

* *രക്തപുഷ്പങ്ങളി*ലെ 'മാവിൻചുവട്ടിൽ' എന്ന കവിത നോക്കുക. "കുഞ്ഞിക്കുട്ടൻ പണ്ടെത്തെയാട്ടക്കാരൻ"

1 പ്രവർത്തിക്കച്ചേരിയും സഹകരണസംഘവും ഈ കെട്ടിടത്തിലായിരുന്നു.

ഗോസായിമാർക്ക് കൊട്ടാരത്തിൽനിന്നും അരി, നെയ്യ്, കറിക്കോപ്പുകൾ മുതലായവ സൗജന്യമായിക്കൊടുക്കുക പതിവുണ്ട്. അവർക്കു താമസിക്കുവാനായി ഇടപ്പള്ളി രാജാവ് നിർമ്മിച്ചിട്ടുള്ളതാണ്, പ്രസ്തുത ഹാൾ. 'ഗോസായിച്ചാവടി' എന്നാണതിനെ വിളിച്ചുവരുന്നത്. 'കോശേരിമാളിക', സമസ്തകേരളസാഹിത്യപരിഷത്തിന്റെ ജനയിതാവും പണ്ഡിതാഗ്രേസരനുമായിരുന്ന മഹാമഹിമശ്രി ഇടപ്പള്ളി [2]കൃഷ്ണരാജാതിരുമനസ്സുകൊണ്ട് താമസിക്കുന്ന ഒരു മനോഹര ഹർമ്മ്യമാണ്. എന്റെ കൗമാരകാലം ആ ഹർമ്യാന്തരത്തിലെ നിറം പിടിച്ച സൗജന്യധാരയിൽ കോൾമയിൽക്കൊണ്ടിരുന്നു. അതിനെക്കുറിച്ച് വഴിയേ പ്രസ്താവിച്ചു കൊള്ളാം. 'കോശേരിമാളിക' എന്ന് നാട്ടിൽ ചിരപ്രതിഷ്ഠ ലഭിച്ചിട്ടുള്ള പ്രസ്തുത ഹർമ്മ്യത്തിന് പില്ക്കാലങ്ങളിൽ, കൃഷ്ണരാജാതിരുമനസ്സിലേക്ക് മൂപ്പുകിട്ടിയതിനോടുകൂടി, പരിഷ്കാരം പോരാഞ്ഞിട്ടായിരിക്കാം, 'കേസരിപാലസ്' എന്ന നവീന നാമധേയം സ്വീകരിക്കേണ്ടി വന്നു. സംസ്കൃതത്തിലും ഇംഗ്ലീഷിലും ഉള്ള ഓരോ പദം അങ്ങനെ കൂട്ടിച്ചേർത്തിട്ടുള്ള ആ ഭവനനാമധേയത്തിന്റെ വൈലക്ഷണ്യം ശ്രവണമാത്രയിൽ തന്നെ അനുഭവപ്പെടുന്നതാണല്ലോ.

പുതിയ പരിഷ്കാരത്തിന്റെ കലാബോധം! കൊച്ചമ്മുവിന്റെ വീട് മാറങ്കുളത്തിന്റെ തെക്കുവശത്താണ്. 'കുഞ്ഞിയാംകുട്ടൻ' കുഞ്ഞിക്കുട്ടനത്രേ!- കൃഷ്ണരാജാതിരുമനസ്സിലെ രണ്ടാമത്തെ പുത്രൻ ശ്രീ. പി കെ കൃഷ്ണൻകുട്ടിമേനവൻ ബി എ ബി എൽ, പൂക്കോട്ടു വാഴുന്ന വിക്രമൻ-കോശേരിമാളികയ്ക്കു തൊട്ടുതെക്കു ഭാഗത്ത് പൂക്കോട്ടുമഠം എന്ന ഒരഭിജാതക്ഷത്രിയകുടുംബമുണ്ട്; അവിടത്തെ ഒരംഗമാണ് വിക്രമൻ എന്നുകൂടിപ്പേരുള്ള ശ്രീ. സി ആർ കേരളവർമ്മ തിരുമുൽപ്പാട് എം എ. അദ്ദേഹം ഒരു തികഞ്ഞ സഹൃദയനും, അഗാധബുദ്ധിമാനും, സന്മനസ്കനുമാണെന്ന് സന്തോഷപൂർവ്വം ഇവിടെ രേഖപ്പെടുത്തേണ്ടിയിരിക്കുന്നു. ഇപ്പോൾ അദ്ദേഹം മംഗലാപുരം സെന്റ് അലോഷ്യസ് ക്രിസ്ത്യൻ കോളേജിലെ ഇംഗ്ലീഷ് ലക്ചററാണ്. 'പത്താച്ചിരാമൻ' ഒരു സാധു ബാലനത്രേ! അവൻ കോശേരിമാളികയിലെ ഒരു ഭൃത്യനും ഒരു മരമണ്ടനുമാണ്. ഞങ്ങളുടെയെല്ലാം ഒരു കളിപ്പാട്ടം. അന്നവനെക്കണ്ടാൽ ഒരു വലിയ പന്നിക്കുഞ്ഞാണെന്നു തോന്നും. എന്റെ ആദ്യത്തെ കവിതയ്ക്കു കാരണക്കാരനായ പയ്യപ്പിള്ളിൽ ശങ്കരപ്പിള്ളയുടെ പിതാവിന്റെ ഭാഗിനേയനാണ് പാത്താച്ചിരാമൻ! പാവം. ഞങ്ങൾ അവനെ എത്ര ഉപദ്രവിച്ചിട്ടുണ്ട്. ഞാൻ അവനെക്കണ്ടിട്ട് ഇപ്പോൾ ചുരുങ്ങിയത് പതിനാറു കൊല്ലമായിക്കാണും. അവനെ ഒരുനോക്കൊന്നു കാണുവാൻ ഞാൻ അത്യന്തം ആശിക്കുന്നു. പക്ഷേ, അവനെക്കുറിച്ച് ആർക്കും ഒരറിവുമില്ല. അവൻ ജീവിച്ചിരിക്കുന്നുണ്ടോ എന്നുപോലും അറിഞ്ഞുകൂടാ. പാവം, പാത്താച്ചിരാമൻ! ഉണ്ടവേലു ഞങ്ങളുടെ സംഘത്തിലെ ഒരു കൊച്ചു ഹിറ്റ്ലറായിരുന്നു. മഹാസാഹസികൻ, വീരപരാക്രമി. അവനെക്കുറിച്ച്

2 അദ്ദേഹം ഇന്ന് ജീവിച്ചിരിപ്പില്ല.

മറ്റു ഭാഗങ്ങളിൽ പ്രസ്താവിക്കുന്നതാണ്. ശോക്രാ-ടാറ്റാ ഓയിൽ മിൽസിലെ ഒരു കെമിസ്റ്റായി ശ്രീ. കെ രാമവർമ്മൻ തിരുപ്പാട് ബി എ ആലിൻതറയ്ക്കാ രവി-ഞങ്ങളുടെ സംഘത്തിലെ ഏറ്റവും ബുദ്ധിശാലിയാണദ്ദേഹം. അന്തരിച്ചുപോയ ഒരിടപ്പള്ളിരാജാവിന്റെ പത്നീഗൃഹമാണ് 'ആൽത്തറമഠം'. പ്രസ്തുത രാജപത്നിയുടെ സോദരീപുത്രനാണ് രവി എ ആർ രവിവർമ്മൻ തിരുമുല്പാട് ബി എസ്സ് സി.(ആണേഴ്സ്) അദ്ദേഹം ഇന്ത്യാഗവൺമെന്റിന്റെ ആഭിമുഖ്യത്തിൽ ഇംഗ്ലണ്ടിൽപ്പോയി ഉന്നതവിദ്യാഭ്യാസം കഴിച്ച് അടുത്തകാലത്ത് ഇന്ത്യയിൽ മടങ്ങിയെത്തി. വിമാനവകുപ്പിൽ ആണെന്നുതോന്നുന്നു, ഒരു വലിയ ഉദ്യോഗത്തിൽ പ്രവേശിച്ചിരിക്കുകയാണ്. എന്റെ ചെറുപ്പകാലത്തെ ഏറ്റവും അടുത്ത ഒരു സ്നേഹിതനാണദ്ദേഹം. പക്ഷേ, ഇന്നദ്ദേഹത്തിനു അല്പം ഒരു തലതിരിഞ്ഞ മട്ടുണ്ട്. വലിയ ഉദ്യോഗത്തിലെത്തിയപ്പോൾ, ആ ഭാഗ്യം സിദ്ധിക്കാത്ത എന്നെപ്പോലുള്ള ഏഴകളെ അദ്ദേഹം അല്പം ഒരവജ്ഞാഭാവത്തിലേ വീക്ഷിക്കാറുള്ളൂ. എവിടെയെങ്കിലും വച്ചുകണ്ടാൽ ഒരു പച്ചച്ചിരിയോടെ ഒന്നോ രണ്ടോവാക്കു സംസാരിക്കുമെന്നുമാത്രം. പക്ഷേ, ആ ബാല്യസൗഹൃദസ്മൃതിയുടെ ഒരു വിളറിയ രശ്മി അദ്ദേഹത്തിന്റെ ഹൃദയത്തിലും അവശേഷിച്ചിട്ടുണ്ടായിരിക്കാം. ഏതായാലും ഞാൻ അദ്ദേഹവുമായുള്ള സംഭാഷണം ദീർഘിപ്പിക്കാറില്ലെന്നു മാത്രമല്ല, എന്നോടു കാണിക്കുന്ന തണ്ടിൽ പതിന്മടങ്ങ് അങ്ങോട്ടു കാണിച്ചുകൊണ്ടേ ഞാനും ഒന്നോ രണ്ടോ വാക്കുച്ചരിക്കാറുള്ളൂ. കഷ്ടം, ഞാനിന്നെന്നെ പഴിക്കുന്നു! ഞാൻ എന്തിനാ തണ്ടു കാണിച്ചു? അദ്ദേഹം എന്റെ ഉത്തമസുഹൃത്തല്ലേ? അതെ; എന്തൊക്കെ പുറമേ ഭാവിച്ചാലും എന്നെ സംബന്ധിച്ചിടത്തോളം, ഞാൻ ഒരുപദ്യത്തിൽ പറഞ്ഞിട്ടുള്ളതുപോലെ,

"മധുരശൈശവബന്ധമതാറിടാൻ
മമ ജഡമിനി മണ്ണിലടിയണം!"

ഭാസ്കരർ-എന്നതിന്റെ അർത്ഥം, ഭാസ്കരൻ എന്നുപേരോടുകൂടിയ രണ്ടുപേർ എന്നാണ്. അവരിൽ ഒരാൾ കുഞ്ഞിക്കുട്ടന്റെ മാതുലപുത്രനും മറ്റേയാൾ പൂക്കോട്ടെവിക്രമന്റെ മാതൃസഹോദരീപുത്രനുമാകുന്നു. 'അമ്പി':ഗണപതി എന്നപേരോടുകൂടിയ ഒരു ബ്രാഹ്മണകുമാരൻ. അദ്ദേഹത്തെക്കുറിച്ച് ഒന്നും അറിഞ്ഞുകൂടാ. എപ്പോഴും വാപൊളിച്ചുകൊണ്ടിരിക്കുന്ന ഒരു ദുസ്സ്വഭാവം ആ ബാലനിലുണ്ടായിരുന്നതിനാൽ 'തൊളവായൻപട്ടരെ'ന്നാണ് ഞങ്ങൾ അദ്ദേഹത്തെ അക്കാലത്തെ വിളിച്ചിരുന്നത്. സാധു! എന്തുപറഞ്ഞാലും കേൾക്കും, അശക്തനാണ്,-ശാരീരികമായും മാനസികമായും. ഞങ്ങളുടെ ഒരു കൂട്ടുകാരനെക്കാൾ ഒരു കിങ്കരനായിരുന്നു അമ്പി എന്നു പറയുന്നതാണധികം ശരി. അക്കാലങ്ങളിൽ ഞങ്ങൾ കളിക്കാറുള്ളത് 'മാസു'കളിയാണ്-അതിനു ചില ദിക്കുകളിൽ 'കിളിത്തട്ടുകളി' എന്നു പേരുണ്ടെന്നു തോന്നുന്നു. ഒരാൾ കിളിയാകും. ബാക്കിയുള്ളവർ രംഗം വെട്ടിച്ചുകടന്ന് ഉപ്പുകൊണ്ടുവരാൻ ശ്രമിക്കും. ലവണപാലകന്മാർ കടക്കുന്ന വഴി അടച്ചാൽ കളി തോറ്റു. കിളിയാണ് കളിയിലെ നായകൻ. ആ കളിയിൽ ഞാൻ അത്യന്തപാടവം

പ്രദർശിപ്പിച്ചിരുന്നതിനാൽ 'കിളിസ്ഥാനം' മിക്കപ്പോഴും എനിക്കുതന്നെ കിട്ടിക്കൊണ്ടിരുന്നു. ബഹുഭൂരിപക്ഷത്തോടെയല്ല. സർവ്വസമ്മതമായിത്തന്നെ അംഗീകരിക്കപ്പെട്ട് എന്നിൽ അർപ്പിതമായിരുന്ന അസൂയാവഹവും അഭിനന്ദനീയവുമായ ഒരു പദവിയായിരുന്നു അത്. ആ സ്ഥാനലബ്ധിയിൽ ഞാൻ അക്കാലത്ത് അഹങ്കരിച്ചിട്ടുപോലുമുണ്ട്. മറു കക്ഷിയിൽ ആ സ്ഥാനത്തിനർഹൻ 'ഉണ്ടവേലു'വായിരുന്നു. എന്നെ വിളിച്ചിരുന്നത് 'ജർമ്മൻ' എന്നാണ്. അസൂയാലുക്കളായ കൂട്ടുകാർ 'ചങ്ങമ്പുഴ ബപ്പി' എന്നും പരിഹസിക്കാറുണ്ട്. എന്റെ വീടിന്റെ പടിഞ്ഞാറുള്ള പറമ്പിൽ-പടിഞ്ഞാറെ ചങ്ങമ്പുഴയിൽ 'ബപ്പി' എന്ന ഒരു ചെട്ടി താമസമുണ്ട്. അതിനാൽ പരിഹസിച്ച് അവർ എന്നെ ആ പേർ വിളിച്ചുപോന്നു. നായകന്മാരെന്ന പേരിൽ ഞാനും ഉണ്ടവേലുവും തമ്മിൽ വലിയ സ്നേഹവും ബഹുമാനവുമായിരുന്നു. ചില കാര്യങ്ങളിൽ ഉണ്ടവേലുവിനോട് എനിക്കല്പം അസൂയ ഉണ്ടായിരുന്നുവെന്നും പറയേണ്ടിയിരിക്കുന്നു. സമാനസിദ്ധികളിൽ ബഹുമാനം തോന്നുകയും, അപ്രാപ്യസിദ്ധികളിൽ അസൂയ ജയിക്കുകയും സ്വാഭാവികമാണല്ലോ. ഉണ്ടവേലു, തെങ്ങ്, അടയ്ക്കാമരം ഇവയിൽ ഒരണ്ണാർക്കണ്ണനേക്കാൾ വൈദഗ്ദ്ധ്യത്തോടെ പിടിച്ചു കയറും. താഴെനിന്ന് ഇടതുകൈയിലുള്ള കല്ലോ, വടിയോകൊണ്ട് എത്ര ഉയരത്തിൽനില്ക്കുന്ന പറങ്കിമാങ്ങയും താഴെവീഴിക്കും. മാറങ്കുളത്തിന്റെ തെക്കുവടക്കു കരകൾക്കുമദ്ധ്യേയുള്ള ജലമണ്ഡലം നാലു പ്രാവശ്യം തുടർച്ചയായിത്തന്നെ അവന് നീന്തിയെത്തുവാൻ സാധിക്കും. എനിക്കതൊന്നും സാദ്ധ്യമല്ല. വൃക്ഷങ്ങളിൽ കയറുവാൻ ഞാനും സമർത്ഥനാണ്. പക്ഷേ, ഒറ്റത്തടിയായി വളരുന്ന വൃക്ഷങ്ങൾ എന്നെ ഇന്നും പരാജയപ്പെടുത്തുന്നു. വൃക്ഷശിഖരങ്ങളിൽനില്ക്കുന്ന ഫലങ്ങൾ എറിഞ്ഞുതാഴെയിടുന്ന കാര്യത്തിൽ ഒരിക്കലെങ്കിലും ഞാൻ ജയം നേടയിട്ടില്ല. ഫലങ്ങളെ ലക്ഷ്യമാക്കി കല്ലോ, വടിയോ ഞാൻ താഴെനിന്നു കൊണ്ടെറിഞ്ഞാൽ അത് അവയുടെ സമീപപ്രദേശങ്ങളിൽക്കൂടിയെങ്കിലും കടന്നുപോകുകയില്ല.

അടുത്തതായി എനിക്ക് പ്രതിപാദിക്കുവാനുള്ളത് കേസരിപാലസായി രൂപാന്തരപ്പെട്ട കോശേരിമാളികയിലെ അന്നത്തെ അന്തേവാസികളെക്കുറിച്ചാണ്. എന്റെ കൗമാരകാലത്തിലെ ഒരു സാരമായഭാഗത്തിന് സകലനിറപ്പകിട്ടുകളും ലഭിച്ചത് അവിടെനിന്നാണെന്നുള്ള കാര്യം വിസ്മരിക്കത്തക്കതല്ല. ഇടപ്പള്ളി കൃഷ്ണരാജതിരുമനസ്സിലെ പ്രഥമപുത്രനായ ശ്രീ. പി കെ കരുണാകരമേനവൻ ഡോസ്റ്റോവ്സ്കിയുടെ *Crime and Punishment* (*കുറ്റവും ശിക്ഷയും*) എന്ന വിഖ്യാതകൃതിയുടെ പരിഭാഷകൻ എന്നിനിലയിൽ പ്രശസ്തനായിത്തീർന്നിട്ടുള്ള ഒരു സാഹിത്യകാരനാണ്. കാവ്യാത്മകമായ എന്റെ ജീവിതത്തിന് ആരോടെങ്കിലും ഒരു കടപ്പാടുണ്ടെങ്കിൽ അതു മി. കരുണാകരമേനവനോടു മാത്രമാണെന്ന് സന്തോഷപൂർവ്വം ഞാൻ അറിയിച്ചുകൊള്ളുന്നു. അദ്ദേഹം ഇല്ലായിരുന്നുവെങ്കിൽ എന്റെ കവിതാവാസന ഒരിക്കലും വികസിക്കുമായിരുന്നില്ല.

അദ്ദേഹത്തിന്റെ അനുജനായ കുഞ്ഞിക്കുട്ടനും ആൽത്തറമാ

ത്തിലെ രവിവർമ്മൻതിരുമുല്പാടും എന്റെ ആത്മസുഹൃത്തുക്കളാണെന്ന് മുൻപു പറഞ്ഞിട്ടുണ്ടല്ലോ! പകൽ മുഴുവനും ഞാൻ കോശേരിയിലാണ് കഴിഞ്ഞുകൂടുക പതിവ്. ആ [1]കുടുംബം യഥാർത്ഥത്തിൽ ഒരതിഥി മന്ദിരമാണ്. അതിഥികളെ സൽക്കരിക്കുവാൻ മാത്രമാണോ അവിടത്തെ അംഗങ്ങൾ ജന്മമെടുത്തിട്ടുള്ളതെന്നു തോന്നിപ്പോകും. മി. കരുണാകര മേനവന്റെ മാതാവ്-ശ്രീമതി പുല്ല്യാട്ട് ഗൗരിക്കുട്ടിയമ്മ [2]ഒരൗദാര്യനിധിയാണ്. മനുഷ്യർക്ക് ഭക്ഷണം കൊടുത്ത് അവർക്ക് മതിവരുമെന്നു തോന്നുന്നില്ല. സാക്ഷാൽ മഹാലക്ഷ്മിയെപ്പോലെ സമുല്ലസിക്കുന്ന ആ പുണ്യമഹതിയെപ്പോലെ ഉദാരമനസ്കകളായ സ്ത്രീകളെ വളരെ ചുരുക്കമായേ ഞാൻ കണ്ടിട്ടുള്ളൂ.

അതൊരു മദ്ധ്യവേനൽ ഒഴിവുകാലമാണ്. ഞങ്ങൾ സദാ കളിതന്നെ കളി. ആനന്ദമയമായ ജീവിതം. ഒരുദിവസം ഉച്ചതിരിഞ്ഞ് പൊരിവെയിലിൽ ഞങ്ങൾ കളിച്ചുകൊണ്ടുനില്ക്കുമ്പോൾ, മി. കരുണാകരമേനവൻ ഞങ്ങളെ അടുത്തു വിളിച്ചു. വെയിൽ താണിട്ട് കളിച്ചാൽ മതിയെന്നും, അതുവരെയുള്ള സമയം താൻ നടത്തുവാനുദ്ദേശിക്കുന്ന ഒരു പരീക്ഷയ്ക്കായി വിനിയോഗിക്കണമെന്നും, സ്നേഹസാന്ദ്രമായ സ്വരത്തിൽ അദ്ദേഹം ഞങ്ങളോട് പറഞ്ഞു. ഞങ്ങൾ സമ്മതിച്ചു. പരീക്ഷ ഇതാണ്. 'പ്രഭാതം' എന്നവിഷയത്തെ ആസ്പദമാക്കി ഞങ്ങൾ എന്തെങ്കിലും സ്വന്തമായിട്ട് എഴുതണം. മി. രവിവർമ്മൻ തിരുമുല്പാട് ഇംഗ്ലീഷിലെഴുതാമെന്ന് ഉടൻതന്നെ സമ്മതിച്ചു. "കൃഷ്ണപിള്ളയ്ക്ക് പദ്യത്തിലെഴുതിക്കൂടേ?" മി. കരുണാകരമേനവൻ ചോദിച്ചപ്പോൾ ഞാൻ അന്ധാളിച്ചു തപ്പെട്ടുപോയി. ഹാ! ഞാൻ കവിയാണെന്ന് അദ്ദേഹം അറിഞ്ഞിരിക്കുന്നു! "ആകാം" എന്ന് അഭിമാനപൂർവ്വം ഞാൻ സമ്മതിച്ചു. "ഗദ്യത്തിൽ എന്തെങ്കിലും എഴുതുവാനേ സാധിക്കൂ" എന്നു വിനയശീലനായ കുഞ്ഞിക്കുട്ടൻ പറഞ്ഞു. ഒരു മണിക്കൂറാണ് സമയം. ഞങ്ങൾ മൂന്നുപേരും ഇരുന്ന് എഴുതാൻ തുടങ്ങി.

"അർക്കനുദിച്ചതുകാൺകയാൽ താപസർ
വല്ക്കലം മെല്ലെയെടുത്തുകൊണ്ട്
താമരപ്പൂക്കൾ വിരിഞ്ഞ നദികളിൽ
തൂമയിൽ പോവുകയായ്ക്കുളിക്കാൻ
വൃക്ഷത്തിൻ കൊമ്പിലിരുന്നങ്ങുപാടിനാർ
പക്ഷിതൻ കുഞ്ഞുങ്ങൾ മോദമോടെ
മന്ദാരപുഷ്പങ്ങൾ മന്ദം വിരികയായ്
മന്ദാനിലനും, ഹാ, വീശുകയായ്.....

ഇങ്ങനെ നാല്പ്പത്തെട്ടുവരികൾ കൃത്യസമയത്തിനുള്ളിൽ ഞാൻ എഴുതിത്തീർന്നു. ഞങ്ങൾ മൂന്നുപേരുടേയും പ്രബന്ധങ്ങൾ പരീക്ഷകനായ മേനവൻ പരിശോധിച്ചു മാർക്കിട്ടു. രവിവർമ്മ തിരുമുല്പാടിന്

---

1 രാജാവിന്റെ മരണശേഷം ആ കുടുംബം അവിടെനിന്നും താമസംമാറി.

2 അവർ ഇന്നു ജീവിച്ചിരിപ്പില്ല.

പത്തിൽ നാലും, കുഞ്ഞിക്കുട്ടന് ആറും, എനിക്ക് എട്ടും മാർക്കുവീതം കിട്ടി. എനിക്കുണ്ടായ ആനന്ദത്തിനതിരില്ല. മേനവൻ എന്നെ വളരെ അഭിനന്ദിച്ചു: പ്രശംസിച്ചു; അതും എന്റെ കൂട്ടുകാരുടെ മുൻപിൽ! അതിൽപരം ഒരു ചാരിതാർത്ഥ്യം എനിക്കുണ്ടാകേണ്ടതായിട്ടില്ല. എന്റെ പിഞ്ചുഹൃദയം അദ്ദേഹത്തിന്റെ പ്രശംസയിൽ ആനന്ദനൃത്തം ചെയ്തു. മാത്രമല്ല അന്നു വൈകിട്ട് ഗണപതിക്ഷേത്രത്തിൽനിന്ന് അപ്പം കൊണ്ടു വന്നപ്പോൾ എല്ലാവർക്കും ഈരണ്ടും, കവിതയ്ക്ക് സമ്മാനമായി എനിക്ക് നാലും അപ്പം അദ്ദേഹം നല്കുകയുണ്ടായി. കവിതയെഴുത്തിൽ മുറയ്ക്കു ശ്രമിക്കണമെന്നും, മറ്റുള്ളവരുടെ കവിതകൾ ധാരളം വായിക്കണമെന്നും അദ്ദേഹം ഉപദേശിച്ചു. വിശേഷിച്ചും മഹാകവി വള്ളത്തോളിന്റെ കൃതികൾ വായിക്കണമെന്നു പറഞ്ഞു. അന്നാണ് ആദ്യമായി 'വള്ളത്തോൾ' എന്ന നാമധേയം ഞാൻ കേൾക്കുവാനിടയായത്. *സാഹിത്യമഞ്ജരി* തുടങ്ങിയ പദ്യകൃതികൾ മി. മേനവൻ എനിക്ക് വായിക്കുവാനായിത്തന്നു. അതിനുശേഷം പദ്യപാരായണവും പദ്യരചനയും ഞാൻ മുറയ്ക്ക് നിർവ്വഹിച്ചുകൊണ്ടിരുന്നു.

കൊല്ലം രണ്ടു കഴിഞ്ഞു. ഇക്കാലത്തിനിടയിൽ അനേകം പദ്യങ്ങൾ ഞാൻ എഴുതി മി. മേനവനെ കാണിച്ചിരുന്നു. അപ്പമാണ് സമ്മാനം. കണക്കിലേറെ അപ്പങ്ങൾ അങ്ങനെ ഞാൻ തിന്നൊടുക്കി. ഒരു മുഴുക്കൊതിയനായിരുന്നു ഞാൻ. അപ്പത്തിലുള്ള കൊതിയല്ലേ എന്നെ കവിതയെഴുതാൻ പ്രേരിപ്പിച്ചതെന്നുപോലും ഇന്നെനിക്കു തോന്നുന്നുണ്ട്. ആയിടയ്ക്ക് "കവിമണി കെ സി കുട്ട്യപ്പനമ്പ്യാർ" എന്ന യശശ്ശരീരനായ സാഹിത്യകാരൻ കൃഷ്ണരാജതിരുമനസ്സിലെ അതിഥിയായി ഇടപ്പള്ളിയിൽ എത്തി. ആ വന്ദ്യകവിയുടെ *വിഘ്നരാജോത്ഭവം* എന്ന ആട്ടക്കഥയുടെ അരങ്ങേറ്റം നിർവ്വഹിക്കപ്പെട്ടത് കൃഷ്ണരാജതിരുമനസ്സിലെ ആഭിമുഖ്യത്തിലായിരുന്നു. ആ മഹാസാഹിത്യകാരന്റെ ആഗമനത്തിന്നുകാരണവും അതാണ്. മാത്തൂർ കുഞ്ഞുപ്പിള്ളപ്പണിക്കർ, തോട്ടം ജി ശങ്കരൻ പോറ്റി തുടങ്ങിയ കേരളകലയുടെ യശഃസ്തംഭങ്ങളായ മഹാകലാകാരന്മാരായിരുന്നു മേൽപ്രസ്താവിച്ച ആട്ടക്കഥയിലെ നടന്മാർ. കഥകളി കാണുവാനുള്ള പ്രതിപത്തി അതിനുമുൻപുതന്നെ എന്റെ ഹൃദയത്തിൽ വേരൂന്നിയിരുന്നതിനാൽ ആ സുദിനം എനിക്കൊരു മഹോത്സവം തന്നെയായിരുന്നു. മി. മേനവൻ എന്നെ മി. കുട്ട്യപ്പനമ്പ്യാർക്ക് പരിചയപ്പെടുത്തിക്കൊടുത്തു. അദ്ദേഹം എന്റെ കൃതികളെല്ലാം എടുത്തുകൊണ്ടുവരാനായിപ്പറഞ്ഞപ്പോൾ എനിക്കുണ്ടായ ആനന്ദം! ഞാൻ വീട്ടിലേക്ക് ശ്വാസം വിടാതെ ഒരോട്ടം–പഴയവീഞ്ഞപ്പെട്ടിയിൽ കിടക്കുന്ന ആ കടലാസുകളെല്ലാം പെറുക്കിയെടുത്ത് ഒരാത്മവിസ്മൃതിയിൽ ലയിച്ചുകൊണ്ട് അഞ്ചുമിനിട്ടിനുള്ളിൽ വീണ്ടും അദ്ദേഹത്തിന്റെ മുൻപിൽ ഞാൻ ആവിർഭവിച്ചു.

"സന്താപത്തിനു ബന്ധമെന്തു,കുതൂകം
നല്കീടുവാൻ കെല്പെഴും
സന്താനദ്രുമമുഗ്ദ്ധമഞ്ജരിപരം

പേരാർന്ന കീരാംഗനേ?
എന്താണിങ്ങനെ കണ്ണടച്ചു ചെറുതും
മിണ്ടാതെകുണ്ഠാശയം
ചിന്താഭാരമിയന്നമാതിരിമണി-
ക്കൂട്ടിൽക്കിടക്കുന്നു നീ?"

എന്നിങ്ങനെ മധുരപദകല്പിതങ്ങളും മധുനിഷ്യന്ദികളുമായ നിരവധി പദ്യപ്രകാണ്ഡങ്ങളാൽ 'സാഹിതീവിലാസ'ത്തെ സഹൃദയസമക്ഷം സമർപ്പിച്ച്, ആരാദ്ധ്യനായിത്തീർന്നിട്ടുള്ള ആ കവീശ്വരൻ എന്റെ വികൃതികളെല്ലാം അവധാനപൂർവ്വം വായിച്ചുനോക്കുകയും, ഒടുവിൽ, കരുണാകരമേനവന്റെ നേർക്കുതിരിഞ്ഞുകൊണ്ട് "ഈ ബാലൻ ഒരു സാമാന്യനല്ല, ഒരുകാലത്ത് നമ്മുടെ ഭാഷയ്ക്ക് ഈ കുട്ടി ഒരു മഹാനേട്ടമായിത്തീരും" എന്നിങ്ങനെ പറയുകയും ചെയ്തു. അതുകേട്ടപ്പോൾ, ആനന്ദാതിരേകത്താൽ എനിക്കു മോഹാലസ്യം സംഭവിക്കാഞ്ഞത് ഭാഗ്യമെന്നേ ഇന്നു ഞാൻ വിചാരിക്കുന്നുള്ളൂ. ആ കൃതികളുടെ കൂട്ടത്തിൽ ഉണ്ടായിരുന്ന 'മായ' എന്ന പദ്യങ്ങൾ (ശ്ലോകങ്ങൾ) അദ്ദേഹം പലപ്രാവശ്യം വായിച്ചു. അത് "അസ്സലായി"ട്ടുണ്ടെന്ന് എന്നോടാവർത്തിച്ച് പറഞ്ഞു. ആ കൃതികളിൽ ഒന്നും എനിക്കോർമ്മയില്ല. "കുറുക്കനും മുന്തിരങ്ങയും" എന്ന കഥയിലെ കുറുക്കൻ മുന്തിരിപ്പടർപ്പിന്റെ കീഴിൽ നിന്നുകൊണ്ട്;

"എന്തു ഞാനിഹചെയ്യേണ്ടു
ഹന്ത, മുന്തിരിതിന്നുവാൻ?"

എന്നിങ്ങനെ ആത്മഗതം ചെയ്യുന്നഭാഗം അദ്ദേഹത്തെ വളരെ രസിപ്പിക്കുകയുണ്ടായി. മി. കരുണാകരമേനവന്റെ മുഖത്ത് ആ വന്ദ്യകവിയുടെ പ്രശംസാവാക്കുകൾ കേട്ട് ചാരിതാർത്ഥ്യദ്യോതകമായ ഒരു പ്രകാശം സ്ഫുരിച്ചത് എന്റെ മനോദർപ്പണത്തിൽ ഇപ്പോഴും പ്രതിഫലിച്ചുകിടക്കുന്നുണ്ട്. കാലയവനികയ്ക്കുള്ളിൽ മറഞ്ഞുപോയ ആ കവീശ്വരനോട്-സാഹിതീവിലാസകർത്താവായ കവിമണി കെ സി കുട്ട്യപ്പനമ്പ്യാരോട്-എനിക്കുള്ള കൃതജ്ഞത രേഖപ്പെടുത്തുവാൻ ഞാൻ പദം കാണുന്നില്ല. മി. മേനവനോടുള്ള എന്റെ കടപ്പാട് വാക്കുകളാൽ രേഖപ്പെടുത്താവുന്നതുമല്ല. കാവ്യാത്മകമായ എന്തെങ്കിലും സിദ്ധി എനിക്കു കൈവന്നിട്ടുണ്ടെന്ന് മഹാജനങ്ങൾക്കു തോന്നുന്നുണ്ടെങ്കിൽ, ആ സിദ്ധിക്കടിസ്ഥാനം മി. മേനവന്റെ നിരന്തരപ്രോത്സാഹനം മാത്രമാണെന്ന് ഞാൻ പ്രത്യേകിച്ചു പറയേണ്ടതില്ലല്ലോ.

കോശേരിമാളികയിൽ, പറമ്പിന്റെ കിഴക്കെ അറ്റത്തായി 'കളരി' എന്നുപറയുന്ന ഒരു കൊട്ടാരവും, മാറൻകുളത്തിന്റെ കിഴക്കേക്കരയിലുള്ള 'കുളപ്പുര മാളിക'യുമായിരുന്നു ഞങ്ങളുടെ വിഹാരരംഗങ്ങൾ. മുൻപൊരിടത്ത് പ്രതിപാദിച്ചിട്ടുള്ള പദ്യങ്ങളിൽ കാണുന്ന പേരുകാരെ ക്കൂടാതെ വേറെ ചിലരും ഞങ്ങളുടെ കളിസെറ്റിൽ ഉണ്ടായിരുന്നു. അമ്പിയുടെ അനുജൻ 'അയ്യൻ', ഒരു 'ബാലൻ', ഒരു 'കൃഷ്ണപ്പണിക്കർ', കുഞ്ഞിക്കുട്ടന്റെ അനുജത്തി 'രത്നം', ഭാഗിനേയി 'തങ്കം', 'കൃഷ്ണൻ', 'ശങ്കരനാരായണൻ' ഇങ്ങനെ സഹോദരന്മാരായ രണ്ട് നമ്പൂതിരി ബാലക

ന്മാർ, 'അമ്പലംവിഴുങ്ങി' എന്ന് വിളിക്കപ്പെട്ടിരുന്ന ഒരു ചന്ദ്രശേഖരൻ നായർ, ഇങ്ങനെ പലരും.... പയ്യപ്പിള്ളി ശങ്കരപ്പിള്ള, ഉണ്ടവേലു തുടങ്ങിയവർക്ക് കോശേരിമാളികയ്ക്കകത്ത് പ്രവേശനമുണ്ടായിരുന്നില്ല.

പാത്താച്ചിരാമൻ, ഭാസ്കരൻ, കുഞ്ഞിക്കുട്ടൻ, രവിവർമ്മൻ, ഞാൻ എന്നിവർമാത്രം ചിലപ്പോൾ കളരിയിലും കുളപ്പുരമാളികയിലും ഒന്നിച്ചുകൂടും. ആ സമ്മേളനം ഗൂഢമായിരിക്കും....

അന്ന് ഞങ്ങൾക്ക് ഒരു 'ബാലസമാജം' ഉണ്ടായിരുന്നു. സെക്രട്ടറി ഞാനാണ്. കുഞ്ഞിക്കുട്ടൻ ഖജാൻജി, കൃഷ്ണപ്പണിക്കർ പ്രസിഡന്റ്, കരുണാകരമേനവൻ രക്ഷാധികാരി. എല്ലാ ഞായറാഴ്ചയും പകൽ മൂന്നുമണിക്ക് കുളപ്പുര മാളികയിലെ ഒരു വലിയമുറിയിൽവെച്ച് സമ്മേളനം നിർവ്വഹിക്കപ്പെടും. പദ്യപാരായണം, ഉപന്യാസപാരായണം, പ്രസംഗം, വാഗ്വാദം, അക്ഷരശ്ലോകമത്സരം ഇങ്ങനെ പലപരിപാടികളും സമ്മേളനത്തിൽ ഉണ്ടായിരിക്കും. സെക്രട്ടറിയുടെ ചുമതലയേറിയ ഭാരം ഞാൻ പ്രശംസാർഹമാംവിധം നിർവ്വഹിച്ചിട്ടുണ്ട്.

ഒരു ഞായറാഴ്ച ഒരബദ്ധം പറ്റി. മേടമാസക്കാലം! തീപോലുള്ള വെയിൽ. എന്നെ ഒരുനേരത്തും വീട്ടിൽ കാണാത്തതിനാൽ അമ്മ എപ്പോഴും വഴക്കുപറയാറുണ്ട്. അന്നു 'മിനിട്ട്സ്' എഴുതേണ്ടിയിരുന്നതിനാൽ ഞാൻ പുറത്തെങ്ങും പോയില്ല. മദ്ധ്യാഹ്നത്തോടുകൂടി ആ കൃത്യം നിർവ്വഹിച്ചു കഴിഞ്ഞു. ഊണു കഴിഞ്ഞ ഉടൻ വെളിയിലേക്കിറങ്ങാമെന്നായിരുന്നു ഉദ്ദേശം. എന്നാൽ അമ്മ എന്നെ നല്ലപോലൊന്നു പറ്റിച്ചു. സകലമുണ്ടുകളും എടുത്ത് ഒരു മുറിയിലിട്ട് പൂട്ടി. ഞാൻ കൗപീനമാത്രധാരിയായി ഇരുന്ന് ഭക്ഷണം കഴിക്കുകയാണ്. ഊണ് കഴിഞ്ഞ് വന്നപ്പോൾ എനിക്കു പറ്റിയ അപകടം വെളിവായി. എന്റെ ഹൃദയം ആ പൊരിവെയിലിൽ മുറ്റത്തു നില്ക്കുന്ന തുളസിക്കൂമ്പു പോലെ വാടിപ്പോയി. മുണ്ടുതരാൻ പറഞ്ഞ് ഞാൻ കരച്ചിൽ തുടങ്ങി. അമ്മ എത്ര നിർബ്ബന്ധിച്ചിട്ടും വഴിപ്പെട്ടില്ല. "പുറത്തേക്കിറങ്ങിക്കൂടാ" എന്ന് ഉഗ്രമായ ഒരു നിരോധനാജ്ഞ! എന്തു ചെയ്യും? സമയമങ്ങനെ പറന്നു പോകുന്നു. മണി രണ്ട് കഴിഞ്ഞു. ഞാൻ കുരങ്ങൻ ചത്ത കാക്കാലനെപ്പോലെ വിഷണ്ണനായിട്ടങ്ങനെ ഇരിക്കുകയാണ്. മുണ്ടു കിട്ടുകയില്ലെന്നുള്ള കാര്യം തീർച്ച! അമ്മ പതുക്കെ ഉറങ്ങിത്തുടങ്ങിയതോടുകൂടി ഞാൻ എഴുന്നേറ്റ് ശബ്ദമുണ്ടാക്കാതെ, ഒരൊറ്റ ഓട്ടം! പടിഞ്ഞാറെവേലിക്ക് ഒരു 'നൂട്ട' (ദ്വാരം) ഉണ്ട്. അതിൽക്കൂടി കടന്ന് റോഡിൽക്കൂടി ഓടി ഒരുപ്രകാരത്തിൽ കിഴക്കുവശത്തുള്ള കുളപ്പുര മാളികയിൽ മിനിട്ട്സ് ബുക്കുമായി ഞാൻ എത്തിച്ചേർന്നു. സദസ്യർ അക്ഷമരായി എന്നെ കാത്തിരിക്കുകയാണ്. എന്റെ കിതപ്പും, പാരവശ്യവും, അതിനെക്കാൾ കവിഞ്ഞും എന്റെ കൗപീനമാത്രാച്ഛാദിതമായ ആകാരവും അവരെ അല്പം അമ്പരപ്പിച്ചു. കാര്യം ഞാൻ വിശദപ്പെടുത്തി. രണ്ടാംമുണ്ട് ആർക്കും ഉണ്ടായിരുന്നില്ല. അതിനാൽ തല്ക്കാലത്തേക്ക് എന്റെ നഗ്നത മറയ്ക്കുവാൻ എന്നെ സഹായിക്കുന്ന കാര്യത്തിൽ അവരും നിരാശരായി. എന്തിന്, അന്നത്തെ സമ്മേളനത്തിൽ

കൗപീനമാത്രധാരിയായി നിന്നുകൊണ്ട് കാര്യദർശി മിനിട്ട്സ് വായിച്ചു എന്നു പറഞ്ഞാൽ മതി. പക്ഷേ, പ്രസിഡണ്ട് എന്റെ കൃത്യബോധത്തെക്കുറിച്ചു വളരെ പ്രശംസിച്ചുപറയുകയുണ്ടായി....

ഒരിക്കൽ ഞങ്ങളുടെ സമ്മേളനത്തിന് ആദ്ധ്യക്ഷ്യം വഹിച്ചത് *രസികരസായനം* എന്ന സരസകാവ്യഗ്രന്ഥത്തിന്റെ കർത്താവായ ബ്രഹ്മശ്രീ പിലാക്കുടി മധുസൂദനൻ ഭട്ടതിരിപ്പാടാണ്. അന്ന് 'പാറിപ്പോയ പൈങ്കിളി' എന്നൊരു കവിത ഞാൻ എഴുതി വായിക്കുകയുണ്ടായി. ഉപസംഹാരപ്രസംഗത്തിൽ അദ്ദേഹം എന്റെ കവിതാചാതുരിയെ കണക്കിലേറെ പ്രശംസിച്ചു. മറ്റൊരിക്കൽ ശ്രീ. ഇടപ്പള്ളി സി നാരായണപിള്ള ബി എ ബി എൽ. അദ്ധ്യക്ഷസ്ഥാനം അലങ്കരിക്കുകയും അന്ന് *സാഹിതീസംഗീതം* എന്നൊരു കവിത ഞാൻ എഴുതിവായിക്കുകയും ചെയ്തു. അന്നും എനിക്ക് വലിയ അഭിനന്ദനങ്ങൾ ലഭിക്കുവാനുള്ള ഭാഗ്യമുണ്ടായി. ഈവക അഭിനന്ദനങ്ങളും സമ്മേളനങ്ങളും സാഹിത്യവിഷയകമായി എനിക്ക് നവംനവങ്ങളായ പ്രചോദനങ്ങൾ നല്കിക്കൊണ്ടിരുന്നു. രണ്ടുവർഷത്തിനുശേഷം മേൽപ്രസ്താവിച്ച രണ്ടുപദ്യങ്ങളും, തിരുവിതാംകൂറിൽ കോട്ടയത്തുനിന്നു പുറപ്പെടുന്ന *പ്രതിദിനം* എന്ന പത്രത്തിൽ പ്രസിദ്ധപ്പെടുത്തുകയുണ്ടായി എന്നുള്ളതും സാനന്ദം ഇവിടെ രേഖപ്പെടുത്തേണ്ടിയിരിക്കുന്നു.....

ഞാൻ ഇംഗ്ലീഷ് സ്കൂളിൽ പ്രിപ്പാറട്ടറിക്ലാസിൽ ചേർന്ന കാലത്ത് ശ്രീ ഇടപ്പള്ളി രാഘവൻപിള്ള രണ്ടാംഫോറത്തിൽ പഠിക്കുകയാണ്. അദ്ദേഹം ഞങ്ങളെക്കാളെല്ലാം പ്രായക്കൂടുതലുള്ള ആളായിരുന്നതിനാൽ ഞങ്ങളുടെ സെറ്റിൽ ചേർന്നിരുന്നില്ല. മാത്രമല്ല അങ്ങനെ ചേരുന്നത് അല്പം പോരായ്മയാണെന്നുപോലും ഭാവിച്ചുകൊണ്ടിരുന്നു. ഞങ്ങളെ വെറും 'മൈനറന്മാ'രാക്കിത്തള്ളിയിരുന്നു. എന്നാൽ അദ്ദേഹത്തിന്റെ ആ അർത്ഥശൂന്യമായ അഹങ്കാരഭാവത്തിന് അല്പമൊരു മാറ്റം നേരിട്ടത് കരുണാകരമേനവനുമായിട്ടുള്ള സാഹചര്യത്തിലാണ്. രാഘവൻപിള്ള പതിവായി മി. മേനവനെ സന്ദർശിച്ചുകൊണ്ടിരുന്നു. പഠനകാര്യത്തിൽ ദാരിദ്ര്യം പ്രതിബന്ധമായി നിന്നിരുന്നതിനാൽ ഉദാരമനസ്കനായ മേനവൻ ഇടപ്പള്ളിയെ കണക്കിലേറെ സഹായിച്ചിട്ടുണ്ട്. ഞാനും ദരിദ്രനായിരുന്നു-എന്നല്ല രാഘവൻപിള്ളയേക്കാൾ ദരിദ്രനായിരുന്നു. രാഘവൻപിള്ളയ്ക്ക് പിതാവുണ്ട്..എക്സൈസ് ഡിപ്പാർട്ടുമെന്റിൽ ഒരു ശിപായി. ശമ്പളം കുറവാണെങ്കിലും പുറമേ നല്ല ഒരു തുക വരവുണ്ടായിരുന്നു. പക്ഷേ, ദുഷ്ടഹൃദയയായ ഇളയമ്മ (അച്ഛന്റെ രണ്ടാമത്തെ ഭാര്യ) രാഘവൻപിള്ളയെ കണക്കിലേറെ ഉപദ്രവിച്ചിരുന്നതായി എനിക്കറിയാം. രാഘവൻപിള്ളയെ സഹായിക്കുന്ന കാര്യത്തിൽ ഭർത്താവിനെ അവർ വിലക്കിയിരിക്കാം. എന്നിരുന്നാലും ആ മനുഷ്യൻ രാഘവൻപിള്ളയെ സഹായിച്ചുകൊണ്ടിരുന്നു. ഞാൻ ഒരിക്കലും ധനസംബന്ധമായ സഹായത്തിന് മി. കരുണാകരമേനവനെ സമീപിച്ചിട്ടില്ല. ഇന്നിതുവരെ മി. മേനവൻ ഒരു പൈസപോലും എനിക്കു നല്കിയിട്ടുമില്ല. എന്റെ മുത്തശ്ശി ഇടപ്പള്ളിക്കൊട്ടാരത്തിലെ ഒരു 'വേലക്കാരി'യായിരുന്നു.

കോശേരിമാളികയിൽ വന്നുതുടങ്ങിയതിനോടുകൂടി രാഘവൻപിള്ള എന്നോടു മിണ്ടിത്തുടങ്ങി. വെറും ലോഹ്യത്തിനുമാത്രം. പക്ഷേ, ഞങ്ങളുടെ 'ബാലസമാജ'ത്തിൽ രാഘവൻപിള്ള പങ്കുകൊണ്ടിട്ടില്ല. മി. കരുണാകരമേനവന്റെ സെറ്റിലായിരുന്നു അദ്ദേഹത്തിന്റെ വിഹാരം. ശ്രീമാന്മാരായ തട്ടായത്തു പരമേശ്വരപ്പണിക്കർ, ശ്രാമ്പിക്കൽ പത്മനാഭമേനവൻ, ബി എസ്സ് ശങ്കരൻനായർ, മേലങ്ങത്തുഅച്ചുതമേനവൻ, പി എസ് ഗോപാലപിള്ള (മണിയൻ), പി എം അച്ചുതവാരിയർ, താനത്ത് കൃഷ്ണപിള്ള, നാകപ്പാടി കൃഷ്ണപിള്ള (നാകപ്പാടി നായകൻ) തുടങ്ങിയ സഹൃദയന്മാർ ഒത്തുചേർന്ന് ഒരു സമാജം നടത്തിക്കൊണ്ടിരുന്നു. അതിലെ അംഗമായിരുന്നു രാഘവൻപിള്ള. അതിനാൽ ഒരു പുച്ഛഭാവത്തിലാണ് രാഘവൻപിള്ള എന്നെ വീക്ഷിച്ചിരുന്നത്. ഇതെന്നെ വേദനിപ്പിച്ചു. ക്രമേണ എനിക്ക് അദ്ദേഹത്തോട് വെറുപ്പു തോന്നിത്തുടങ്ങി.... ആ വെറുപ്പ് രണ്ടു മൂന്നുകൊല്ലത്തേക്ക് അങ്ങനെ വളർന്നുവന്നു. രണ്ടു വർഷത്തിലും പരീക്ഷയിൽ തോറ്റതിനാൽ, സെക്കന്റു ഫാറത്തിൽ ഞാൻ ചെന്നപ്പോൾ രാഘവൻപിള്ള അവിടെത്തന്നെ ഉണ്ടായിരുന്നു. അങ്ങനെ ഞങ്ങൾ സതീർത്ഥ്യരായി. പക്ഷേ, പരസ്പരമുള്ള 'ദ്വേഷം' ഒന്നുകൂടി വർദ്ധിക്കുവാനേ ആ സതീർത്ഥ്യബന്ധം ഉപകരിച്ചുള്ളൂ. 'കണ്ണടനമ്പ്യാർ' എന്നു വിളിക്കുന്ന വയോധികനായ ഒരാളായിരുന്നു ഞങ്ങളുടെ ക്ലാസിലെ ഗുരുനാഥൻ. അദ്ദേഹത്തിന് 'തുള്ളൽ' വലിയ ഇഷ്ടമാണ്. ഞാൻ ഭംഗിയായി തുള്ളൽക്കഥകൾ വായിക്കും. രാഘവൻപിള്ളയും മധുരമായി കഥനം ചൊല്ലുമെങ്കിലും എന്നോളം നന്നാവുകയില്ല. അതിനാൽ മിക്കപ്പോഴും പദ്യപുസ്തകങ്ങൾ സാറെന്നെക്കൊണ്ടാണ് വായിപ്പിക്കുക പതിവ്. ഇക്കാര്യത്തിലും രാഘവൻപിള്ള അസൂയാലുവായി: ഞാൻ അഹങ്കാരിയും. അങ്ങനെ അഹങ്കാരവും അസൂയയും തമ്മിലുള്ള ഒരു പോരാട്ടം ഞങ്ങൾ തമ്മിൽ ആരംഭിച്ചു. അത് ഉച്ചാവസ്ഥയിലെത്തിയത് 'പരീക്ഷ'യ്ക്കാണ്. മലയാളത്തിൽ എനിക്ക് അൻപതിൽ മുപ്പത്തിരണ്ടും, രാഘവൻപിള്ളയ്ക്ക് ഇരുപത്തിയേഴും മാർക്കാണ് കിട്ടിയത്. ക്ലാസിൽ ഒന്നാമൻ ഞാനായിരുന്നു. ഈ വിധിവൈപരീത്യം രാഘവൻപിള്ളയെ ഭ്രാന്തുപിടിപ്പിച്ചു. അന്നു സ്കൂളിലുണ്ടായിരുന്ന 'ചട്ടമ്പി'കൾ രാഘവൻപിള്ളയുടെ കൂട്ടുകാരാണ്. അവരെ സ്വാധീനത്തിലാക്കി അവരോടൊത്തുചേർന്ന് രാഘവൻപിള്ള എന്നെ മർമ്മഭേദകമാംവിധം പരിഹസിക്കാൻ തുടങ്ങി. എന്റെ മുത്തശ്ശി ഇടപ്പള്ളി മഠത്തിലെ വേലക്കാരിയാണെന്നു പറഞ്ഞിട്ടുണ്ടല്ലോ. അക്കാരണത്താൽ അക്കാലത്ത് കണക്കിലേറെ പരിഹാസശരങ്ങൾ എന്റെ ഹൃദയമർമ്മങ്ങളെ പിളർന്നിട്ടുണ്ട്. "എച്ചിൽതീനി" എന്നുപറഞ്ഞ് അവർ-വിശേഷിച്ചും രാഘവൻപിള്ള–എന്നെ എത്രദിവസം കരയിച്ചു! എന്റെ മുത്തശ്ശി അടിച്ചുതളിക്കാരിയായിരുന്നു എങ്കിലും, എന്റെ വീട്ടിലുള്ളവരെല്ലാം ഉച്ഛിഷ്ടം ഭുജിച്ചിട്ടുണ്ടെങ്കിലും, 'ആണായ' എനിക്കോ എന്റെ സഹോദരങ്ങൾക്കോ അവർ അത് നല്കുകയുണ്ടായിട്ടില്ല. ഞാൻ ഇന്നിതുവരെ ഉച്ഛിഷ്ടം ആഹരിച്ചിട്ടുമില്ല. പക്ഷേ, അക്കാലത്ത് എന്റെ പ്രതിയോഗികളോട് ആ പരമാർത്ഥം പറഞ്ഞതുകൊണ്ട് എന്തു പ്രയോജനം? ഞാൻ പലരോടും

ആവലാതിപറഞ്ഞു. ഞാൻ ഉച്ഛിഷ്ടം ഭുജിക്കാറുണ്ടോ എന്നു എന്റെ വീട്ടിൽ ചെന്നു ചോദിക്കുവാനായി അവരോടു കേണപേക്ഷിച്ചു. കഷ്ടം! എന്തൊരു കഥയില്ലായ്മ! എന്തൊരു ദുരഭിമാനം! എന്നാലും അന്നു ഞാനതു ചെയ്തു. അവരുടെ കാൽപിടിച്ചു യാചിച്ചു. ഒരു പ്രയോജന വുമുണ്ടായില്ല; എന്നുതന്നെയല്ല, അവരുടെ പരിഹാസവർഷം വർദ്ധിക്കു കയാണ് ചെയ്തത്. അതിനുംപുറമെ അന്ന് എന്നെ പരിഹസിച്ച് രാഘ വൻപിള്ള ചില കവിതകൾ എഴുതുകകൂടി ചെയ്തു. സ്കൂളിൽ വന്നാൽ, എന്റെ അടുത്തുവന്ന് അവർ അതു പാടിത്തുടങ്ങും. എനിക്കു ഭ്രാന്തു പിടിക്കും. ഒരിക്കൽ ഒരു വഴക്കുതന്നെ ഉണ്ടായി. രാഘവൻപിള്ള എന്റെ മുതുകത്ത് ഒരടി. ഞാൻ ഹെഡ്മാസ്റ്ററോടുചെന്നു പരാതിപ്പെട്ടു. അദ്ദേഹം കുറ്റവാളികളെ കണക്കിനു ശിക്ഷിച്ചുവെങ്കിലും, അതു കൊണ്ടും അവരുടെ പരിഹാസത്തിന് യാതൊരു ശമനവും ഉണ്ടായില്ല. രാഘവൻപിള്ള രചിച്ചിട്ടുള്ള ആ പരിഹാസപ്പാട്ടുകൾ ഇന്നെനിക്കോർമ്മ യില്ല. അങ്ങിങ്ങ് ഓർമ്മയിൽ വരുന്നതു ചുവടെചേർക്കാം.

"നന്നായവിലങ്ങെടുത്ത്-അതിൽ
മന്നങ്ങാ കൊത്തിയങ്ങിട്ട്,
ശർക്കര കൂട്ടിത്തിരുമ്മി-ത്തിന്നാൽ
സർക്കസുകാരനായിത്തീരാം!"

ഇതിൽ ഹാസ്യം കേന്ദ്രീകരിച്ചിട്ടുള്ളത് 'മന്നങ്ങ' എന്ന പദത്തി ലാണ്. എന്നെ ചങ്ങമ്പുഴ ബപ്പി എന്നു പരിഹാസമായി വിളിക്കാറു ണ്ടെന്നു മുൻപ് സൂചിപ്പിച്ചിട്ടുണ്ടല്ലോ. 'ചങ്ങമ്പുഴ ബപ്പിമൂപ്പൻ'-കുടുംബി വർഗ്ഗത്തിൽപ്പെട്ട ഒരുവനാണ്. അവരുടെ ഏറ്റവും പ്രിയമുള്ള ഒരാഹാര പദാർത്ഥമാണത്രേ, മന്നങ്ങാ. (നല്ലപോലെ മൂപ്പെത്താത്ത നാളികേരം) അവരെ പരിഹാസമായി 'മന്നങ്ങാ' എന്നും 'മന്നങ്ങാ തീനികൾ' എന്നും വിളിക്കാറുണ്ട്.

"പച്ചക്കടലയ്ക്ക തിന്നാൽ-ആർക്കും
പദ്യമെഴുതുവാനൊക്കും
മെച്ചത്തിലുള്ളതായ്ത്തീരും-കുറ
ച്ചെച്ചിലുംകൂടിക്കഴിച്ചാൽ,"

അടിച്ചുതളിക്കാരിയായ എന്റെ മുത്തശ്ശിയുടെ വലത്തേതോളിൽ കടലയ്ക്കായുടെ മുഴുപ്പും ആകൃതിയും ഉള്ള 'ഒരരിമ്പാറ' ഉണ്ടായിരുന്നു. അതുകാരണം അവരെ 'കടലയ്ക്കാ' എന്നു വിളിച്ചിരുന്നു. പിന്നീട് ആ പരിഹാസനാമം വീട്ടിലെ മറ്റംഗങ്ങളിലേക്കും പകരപ്പെട്ടു. 'പച്ചക്കട ലയ്ക്ക' എന്ന കവിപ്രയോഗത്തിന്റെ സ്വാരസ്യം ഇതിൽനിന്നു വെളിപ്പെ ടുന്നുണ്ടല്ലോ. അനേക സംവത്സരങ്ങൾ കഴിഞ്ഞ് എന്റെ *ബാഷ്പാഞ്ജലി* എന്ന ആദ്യത്തെ കാവ്യസമുച്ചയം പ്രസിദ്ധീകൃതമായപ്പോൾ അതിലെ പ്രഥമപദ്യത്തിന്റെ പ്രാരംഭമായ,

"ആരുവാങ്ങുമിന്നാരുവാങ്ങുമീ-
യാരാമത്തിന്റെ രോമാഞ്ചം?"

എന്ന ഈരടി പരിഹാസലോലുപനായ ഏതോഒരജ്ഞാതകവി

"ആരുവാങ്ങുമിന്നാരുവാങ്ങുമി-
ന്നാറുകാശിന്റെ കടലയ്ക്ക?"

എന്നു രൂപാന്തരപ്പെടുത്തുകയും അതിന് എന്റെ ജന്മദേശത്തിൽ അത്ഭുതാവഹമായ പ്രചാരം സിദ്ധിക്കുകയും ചെയ്തു. ചില കുസൃതിക്കുട്ടികൾ എന്റെ വീടിന്റെ മുൻവശത്തെത്തുമ്പോൾ മേൽപ്രസ്താവിച്ച 'പാരഡി' ഉറച്ചു ചൊല്ലിയിട്ട് ഓടിപ്പോകുന്നത് പലപ്പോഴും എന്റെ ദൃഷ്ടിയിൽപ്പെട്ടിട്ടുണ്ട്.

മി. രാഘവൻപിള്ള ഇങ്ങനെ ഒട്ടേറെ പദ്യങ്ങൾ എന്നെക്കുറിച്ചെഴുതിയിട്ടുണ്ടെങ്കിലും ഒന്നുപോലും എനിക്കിന്നോർക്കാൻ സാധിക്കുന്നില്ല. പനിനീർപ്പൂപോലെ മൃദുലമായ എന്റെ ഹൃദയത്തെ അക്കാലത്ത് ഏറ്റവും വേദനിപ്പിച്ചിട്ടുള്ള വ്യക്തി അനശ്വരനാമധേയനായ ആ അനുഗൃഹീത കവിവര്യനാണ്. പക്ഷേ, അക്കാരണത്തിലായിരിക്കാം പിന്നീട് ഞങ്ങളുടെ ആത്മാക്കൾ അത്രമാത്രം അഭേദ്യമായ രീതിയിൽ ഒട്ടിപ്പിടിക്കുവാനിടയായത്. ഞങ്ങളുടെ സൗഹാർദ്ദം ആരംഭിക്കപ്പെടുന്നത് ഇനിയും വളരെ വർഷങ്ങൾക്കുശേഷമാണ്. അതിനെക്കുറിച്ച് യഥാവസരം വിവരിച്ചുകൊള്ളാം.....

കുട്ടിക്കാലം മുതലേ ഞാനൊരു സ്വപ്നവിഹാരിയായിരുന്നു. ക്ലാസുമുറിയിൽ ഇരിക്കുന്ന അവസരത്തിൽ ജാലകദ്വാരത്തിൽക്കൂടി, അങ്ങകലെ കുണുങ്ങിക്കൊണ്ടുനില്ക്കുന്ന വൃക്ഷശിഖരങ്ങളേയും, അവയ്ക്കിടയിൽക്കൂടെ പ്രത്യക്ഷപ്പെടുന്ന നീലാംബരശകലങ്ങളേയും, സ്വപ്നസമാനം ഇഴഞ്ഞേറുന്ന മേഘമാലകളെയും കണ്ണിമയ്ക്കാതെ അങ്ങനെ നോക്കിക്കൊണ്ടിരിക്കുകയായിരുന്നു എന്റെ പതിവ്. ഗുരുനാഥൻ ചോദ്യം ചോദിച്ചാൽ ഞാൻ അറിയുകയില്ല. "എന്തെടോ, ഉറങ്ങുകയാണോ?" എന്നദ്ദേഹം പലപ്പോഴും കോപത്തോടെ എന്നോടു ചോദിക്കാറുണ്ട്. പ്രകൃതിക്ക് എന്റെമേൽ അത്ഭുതാവഹമായ സ്വാധീനശക്തി ഉണ്ടായിരുന്നു. പക്ഷികളോടായിരുന്നു എനിക്കേറ്റവും ഇഷ്ടം. പുഷ്പങ്ങൾക്ക് എന്നെ ലഹരിപ്പിടിപ്പിക്കാൻ സാധിക്കുമായിരുന്നു. വീടിന്റെ മുൻവശത്തുള്ള വെള്ളമണലിൽ മലർന്നുകിടന്ന് നക്ഷത്രനിബിഡമായ ആകാശത്തെ ഉറ്റുനോക്കിക്കൊണ്ട് അനവധി മണിക്കൂറുകൾ ഞാൻ ആത്മവിസ്മൃതിയിൽ ലയിച്ചിട്ടുണ്ട്. ചന്ദ്രികാചർച്ചിതങ്ങളായ നിശീഥിനികൾ എന്റെ ആത്മാവിനെ കോരിത്തരിപ്പിച്ചു. ഇങ്ങനെ, നന്നേ ചെറുപ്പം മുതല്ക്കുതന്നെ പ്രകൃതി പ്രതിഭാസങ്ങളിൽ നിർല്ലീനമായ സൗന്ദര്യം ഞാനറിയാതെ എന്നെ വശീകരിക്കുകയും അങ്ങനെ എന്റെ ആത്മാവ് നിർവ്വാണാത്മകമായ ഒരു സ്വപ്നമേഖലയിൽ സ്വച്ഛന്ദവിഹാരം ചെയ്യുകയും പതിവായിരുന്നു. സൗന്ദര്യാസക്തിയിൽനിന്നും സംജാതമായ അന്നത്തെ ഹൃദയവികാരങ്ങൾ അതേപടി ഞാൻ അക്കാലത്തെ പദ്യശകലങ്ങളിൽ പകർത്തിയിട്ടുണ്ട്. ഇന്നത്തെ കൃതികളേക്കാൾ ഞാൻ വിലമതിക്കുന്നത്, ഇഷ്ടപ്പെടുന്നത്, ആ ബാല്യകാലകൃതികളെയാണ്. പക്ഷേ, അവ എനിക്കെന്നെന്നേക്കുമായി നഷ്ടപ്പെട്ടിരിക്കുന്നു.

ഈ സൗന്ദര്യാസക്തി എന്നെ പലപ്പോഴും അപഥത്തിലേക്കും നയിക്കാതിരുന്നിട്ടില്ല. സൗന്ദര്യമുള്ള ഏതു പെൺകുട്ടിയേയും ഞാൻ അന്നിഷ്ടപ്പെട്ടു. അതെ, പത്തുവയസ്സുമാത്രം പ്രായമുള്ളപ്പോൾ, ഒരിക്കൽ എന്റെ വീട്ടിൽ ഒരു പെൺകുട്ടി വന്നു. അവൾ കഷ്ടിച്ചരനാഴിക അകലെയുള്ള 'മംഗലത്തുമനയ്ക്കൽ' നിന്നിരുന്ന ഒരു തുണക്കാരിപ്പെണ്ണാണ്, കാണാൻ കൗതുകമുള്ള ഒരു ചെറുപ്പക്കാരി-കഷ്ടിച്ച് പതിനാറുവയസ്സ് പ്രായം കാണും. ഞാനും ഉണ്ടവേലുവുംകൂടി വീടിന്റെ പൂമുഖത്ത് ഒരു കട്ടിലിന്മേൽ ഓരോന്നു സംസാരിച്ചുകൊണ്ടിരിക്കുകയായിരുന്നു. അവളെ കണ്ടപ്പോൾ ഉണ്ടവേലുവിന്റെ മുഖം പെട്ടെന്നൊന്ന് വികസിച്ചു. "എടോ, നമുക്കു കോളായി" ഉണ്ടവേലു പറയുകയാണ്. ഞാൻ കാര്യം ചോദിച്ചു. എല്ലാം അവൻ വിവരിച്ചു പറഞ്ഞു. എന്തിന്, ഉണ്ടവേലുവിന്റെ വാക്കുകളിൽ ഞാൻ മയങ്ങിപ്പോയി. കുറച്ചുനേരം കഴിഞ്ഞ് പെൺകുട്ടി വീട്ടിൽ നിന്നിറങ്ങി; പുറകെ ഞങ്ങളും. അന്നും ഞാൻ കൗപീനമാത്രധാരിയാണ്. മുണ്ട് അകത്താകയാൽ എടുക്കാൻ നിവൃത്തിയില്ല.

ഞങ്ങൾ പുറകിൽ ഒരു പത്തുവാര അകലത്തായി അവളെ അനുഗമിച്ചു തുടങ്ങി. ഇടയ്ക്കിടെ അവൾ തലതിരിച്ചു നോക്കും. എന്റെ ഹൃദയത്തിൽ ഒരു തരിതരിപ്പ്. അല്പമൊരു സംഭ്രമം, അതെല്ലാം അധഃക്കരിച്ചുകൊണ്ട് അനിർവാച്യമായ ഒരാനന്ദവും! ഹാ, ഉണ്ടവേലു ആൾ എന്തു വീരനാണ്!

ഏതാണ്ട് മംഗലത്തുമന സമീപിക്കാറായി, പ്രധാനവഴിയിൽ ഒരിടുങ്ങിയ ഇടവഴിയുണ്ട്. അവൾ അതിലേ തിരിഞ്ഞു. മദ്ധ്യാഹ്നം; ആ പ്രദേശമെല്ലാം കേവലം വിജനമാണ്. ഞങ്ങൾ അവളുടെ തൊട്ടടുത്തെത്തി. എന്റെ ഹൃദയം ശക്തിയായി മിടിച്ചുതുടങ്ങി.

"ദേ, പിന്നേയ്-ഒരു കാര്യമൊന്നു പറയാനുണ്ടല്ലോ."

ഉണ്ടവേലു നയത്തിൽ ആരംഭിച്ചു. പെൺകുട്ടി തിരിഞ്ഞുനിന്നു; ഞങ്ങളും. അവളുടെ കണ്ണിൽനിന്ന് അഗ്നിജ്വാലകൾ പറക്കുന്നതായി ഞാൻ കണ്ടു. ഞാൻ കിടുകിടുത്തുപോയി.

"എന്താടാ കാര്യം, പട്ടി"-ഒരട്ടഹാസം!

ഈശ്വരാ, നിമിഷത്തിനുള്ളിൽ ഞാൻ അവിടെനിന്നും പറപറന്നു. എന്തോട്ടമായിരുന്നു എന്റേത്! ഉണ്ടവേലു എവിടെ? പെണ്ണെവിടെ? എന്തു സംഭവിച്ചു? ആവോ! എന്റെ വീട്ടിൽ വന്നെത്തിയിട്ടേ എനിക്കു ശ്വാസം നേരെ വീണുള്ളു. അതുമാത്രമല്ല പിന്നീടും എനിക്കു വലിയ ഭയവും തോന്നി. അവൾ വീട്ടിൽവന്ന് അതിനെക്കുറിച്ചു പ്രസ്താവിച്ചാലോ! കുറെ ദിവസത്തേക്ക് എനിക്ക് അതുതന്നെയായിരുന്നു ചിന്ത. ഏതാനും ദിവസങ്ങൾ കഴിഞ്ഞ് വീണ്ടും ആ പെണ്ണിന്റെ ആവിർഭാവം എന്റെ ഗൃഹത്തിലുണ്ടായി. ഞാൻ പേടിച്ചരണ്ടുകൊണ്ട് പൂമുഖത്ത് ശ്വാസംവിടാതെ ഇരിക്കുകയാണ്. പക്ഷേ, ഭാഗ്യം, അവൾ ഒന്നും പറയുകയുണ്ടായില്ല....

ഞങ്ങളുടെ ക്ലാസിൽ-'അമ്മു' എന്നുപേരോടുകൂടി അതിസുന്ദരിയായ ഒരു പെൺകുട്ടി പഠിച്ചിരുന്നു. ആ പെൺകുട്ടിയോടു നിയന്ത്രണാതീതമായ ഒരഭിനിവേശം എനിക്കുണ്ടായി. ഇന്നും ആ ആശയുടെ

നേർത്ത ഒരു നിഴൽപ്പാട് എന്റെ ഹൃദയത്തിന്റെ നിഗൂഢതയിൽ അവ ശേഷിച്ചിട്ടില്ലേ എന്ന് ഞാൻ സംശയിക്കുന്നു. ഇത്രമാത്രം സദ്വൃത്തയും സുശീലയുമായ ഒരു യുവതി വേറെയുണ്ടെന്നു തോന്നുന്നില്ല. സദാ അവളെക്കുറിച്ചുള്ള ചിന്ത എന്നെ പീഡിപ്പിച്ചുകൊണ്ടിരുന്നു. അക്കാലത്ത് ഒരു സതീർത്ഥ്യനിൽനിന്നും അത്ഭുതാവഹമായ ഒരു വിജ്ഞാനശകലം എനിക്കു ലഭിക്കുകയുണ്ടായി. ചളിക്കുണ്ടങ്ങളിൽ കണ്ടുവരുന്ന ഒരു അട്ടയെ (നൂലട്ട)പിടിച്ചെടുക്കുക; ഒരു ഇളയ അടയ്ക്കാ (പായ്ങ്ങാ) നടുവേ പൊളിച്ച് അട്ടയെ അതിനുള്ളിലാക്കുക; അനന്തരം അത് അതിനുള്ളിൽ നിന്ന് രക്ഷപ്പെടാതെ ചേർത്തടച്ച് നൂൽകൊണ്ടു വരിഞ്ഞു കെട്ടി മൂന്നു മാസം പുകയത്തുവയ്ക്കുക; പിന്നീടെടുത്തു തോടു പൊളിച്ചു നോക്കുമ്പോൾ, അട്ടയും കുഴമ്പുംകൂടി ഉണങ്ങിച്ചേർന്നിരിക്കുന്നുണ്ടാവും. അതെടുത്തു നല്ലപോലെ അമ്മിയിന്മേൽ അരച്ച് ശീലപ്പൊടിയാക്കുക. ആ പൊടിയെടുത്തു നെറ്റിയിന്മേൽ ഒരു തിലകം ചാർത്തിക്കൊണ്ട് ഏതെങ്കിലും സ്ത്രീയുടെ നേരെ നോക്കിയാൽ, അവൾ വ്യാമൂഢയായി, തിലകധാരിയുടെ പിന്നാലെ പോരുന്നു! ഹാ! എന്തൊരത്ഭുതം! ആഭിചാരത്തിന്റെ അജയ്യപ്രഭാവം! ആ ജ്ഞാനവീചി എന്റെ ഹൃദയത്തെ എത്രമാത്രം ഇളക്കിമറിച്ചു എന്ന് വർണ്ണിക്കാവുന്നതല്ല. ചിരകാലമായി ഞാൻ യാതൊന്നിനുവേണ്ടി ഉഴറുന്നുവോ അ നിധി നിഷ്പ്രയാസം എന്റെ കൈവശം എത്തിച്ചേർന്നു!

പിറ്റേദിവസം മുതൽ ഞാൻ അട്ടയെപ്പിടിക്കാനുള്ള ശ്രമമായി. സ്കൂളിനടുത്തുതന്നെ പോളക്കുളം എന്നൊരു കണ്ടമുണ്ട്. നിറച്ചുചേറും കുളത്താമരകളുമാണ്. അതിലിറങ്ങുന്ന കന്നുകാലികളുടെ കാലിന്മേൽ അമ്മിക്കുഴയുടെ വലിപ്പമുള്ള വലിയ വലിയ അട്ടകൾ കടിച്ചുതൂങ്ങിക്കിടക്കുന്നത് ഞാൻ കണ്ടിട്ടുണ്ട്. അവയെ എനിക്ക് വലിയ അറപ്പും ഭയവുമായിരുന്നു. എന്നാൽ ആ അറപ്പും ഭയവുമെല്ലാം എന്റെ ഹൃദയത്തിൽനിന്നകന്നു നീങ്ങി. ഞാൻ ചേറിലിറങ്ങി നിന്നു. ഏറെനേരം നിന്ന് കരയ്ക്കുകയറി ഉൽക്കണ്ഠയോടെ നോക്കി, കഷ്ടം, ആയില്ല. എന്തിന്, പലദിവസവും ഞാൻ എന്റെ പരിശ്രമം ആവർത്തിച്ചു. സ്കൂളിൽപോകാതെ ഒളിച്ചുപോന്നു ചേറ്റിലിറങ്ങി നില്ക്കുക. ഒരുദിവസം ഒരു വലിയ 'പോത്തനട്ട' കാലിൽ പിടികൂടി. പക്ഷേ, അതു കൊള്ളുകയില്ല. നൂലട്ടതന്നെ വേണം. കൈവശം ചുണ്ണാമ്പു കരുതിയിരിക്കും; അട്ടയുടെ പിടിവിടുവിക്കാൻ. മിക്കപ്പോഴും വലിയ അട്ടകൾ കാലിന്മേൽ പിടികൂടും. പക്ഷേ, ചെറുതിനെ കിട്ടുകയില്ല. ദേഷ്യവും നൈരാശ്യവും അക്ഷമയും കൂടിക്കലർന്ന ഒരു മിശ്രവികാരം എന്നെ കലികൊള്ളിച്ചിട്ടുണ്ട്. ഒടുവിൽ എന്റെ ഭാഗ്യമെന്നു പറയട്ടെ-ഒരു നൂലട്ടയും എന്റെ കാലിന്മേൽ കടന്നു പിടികൂടി. ആ ദർശനത്തിൽ എനിക്കുണ്ടായ ആനന്ദം! ലുബ്ധന് നിധി കിട്ടിയാൽപ്പോലും അത്രത്തോളം ഒരാത്മഹർഷമുണ്ടാകുമെന്നു തോന്നുന്നില്ല. പണ്ഡിതനായ സതീർത്ഥ്യന്റെ നിർദ്ദേശാനുസരണം ആ അട്ടയെ ഞാൻ അടയ്ക്കയിലാക്കി വരിഞ്ഞുകെട്ടി, ആരും കാണാതെ അടുക്കളയുടെ തട്ടിൻപുറത്ത് ഒരു വാരിയിന്മേൽ തൂക്കിയിട്ടു. പിന്നത്തെ മൂന്നു

മാസക്കാലമാണ് വാസ്തവത്തിൽ ഞാൻ വിഷമിച്ചത്. ദിവസം മുന്നോട്ടു നീങ്ങുന്നില്ല....

ഒടുവിൽ ആ സുദിനവും സമാഗതമായി. എന്റെ നിധി ഞാൻ പുറത്തെടുത്തു. വീട്ടിൽ ആരും കാണാതെ രഹസ്യമായി അതുപൊടിച്ചെടുത്ത് ഒരു കൊച്ചുകുപ്പിക്കകത്താക്കി എന്റെ പെട്ടിയിൽ ഭദ്രമായി സൂക്ഷിച്ചു.

അന്ന് ഒരു പ്രദോഷദിവസമായിരുന്നു; ഞങ്ങൾ നിത്യവും വൈകുന്നേരം അമ്പലത്തിൽപ്പോകും. അന്നു ഞാൻ കൂട്ടുകാരെ കാത്തുനിന്നില്ല. എന്റെ മാന്ത്രികചൂർണ്ണക്കുപ്പിയും എളിയിൽവച്ചുകൊണ്ട് ഞാൻ കാലേ കൂട്ടി അമ്പലത്തിലേക്കു പുറപ്പെട്ടു. ഏറെനേരം എനിക്കവിടെ കാത്തുനില്ക്കേണ്ടിവന്നു. അതിനിടയിൽ കൂട്ടുകാർ പലരുംവന്ന് തൊഴുതിട്ടുപോയി. എന്നെ വിളിച്ചപ്പോൾ വഴിപാടുണ്ടെന്നും അതുവാങ്ങിച്ചശേഷം അത്താഴപൂജ കഴിഞ്ഞേ മടങ്ങിവരാനൊക്കൂ എന്നും പറഞ്ഞ് ഞാനവരെ മടക്കി അയച്ചു. ചിലരെ മനസ്സാശപിക്കുകപോലും ചെയ്തു. ഞാൻ അക്ഷമനായി നില്ക്കുകയാണ്. പലരും വരുന്നുണ്ട്, പോകുന്നുണ്ട്. പക്ഷേ, അവൾ മാത്രം വരുന്നില്ല!

ഒടുവിൽ, അവളും വന്നു. നേരംസന്ധ്യ സമീപിച്ചിരിക്കുന്നു. ഭാഗ്യം, അവൾ തനിച്ചാണ്! ഞാൻ മതിലിനപ്പുറത്തുചെന്ന്, ആരുംകാണാതെ കുപ്പിയെടുത്ത്, നെറ്റിയിൽ പെട്ടെന്നു കാണത്തക്കവിധത്തിൽ, ആ ചൂർണ്ണംകൊണ്ട് ഒരു വലിയ 'ഗോപി'-മുഴുത്ത ഗോപിക്കുറി-തൊട്ടിട്ട് തുടിക്കുന്ന ഹൃദയത്തോടും, ഒരു ഘാതകന്റെ സംഭ്രമപാരവശ്യത്തോടും കൂടി ക്ഷേത്രമുറ്റത്തേക്കു പ്രവേശിച്ചു. അവൾ പ്രദക്ഷിണം വെക്കുന്നു. ഞാൻ നേരെ വലതു ഭാഗത്തുകൂടി അവൾക്കഭിമുഖമായിച്ചെന്നു. മിക്കവാറും ഞാൻ അർദ്ധപ്രജ്ഞനായിരുന്നു. അവളുടെ അടുത്തുചെന്ന് നെറ്റി അവളുടെ നേർക്കുയർത്തിപ്പിടിച്ചുകൊണ്ട് കണ്ണുംമിഴിച്ച് ഒരു മിനിട്ടങ്ങനെ നിലകൊണ്ടു. അവൾ പെട്ടെന്നുനിന്ന്, അത്ഭുതാധീനയായി എന്നെ തുറിച്ചുനോക്കി. പറ്റി! മന്ത്രശക്തി ഫലിച്ചതുതന്നെ! ഞാൻ സംശയിച്ചില്ല. തിരിഞ്ഞുവേഗത്തിൽ നടകൊണ്ടു. അവൾ എന്നെ അനുഗമിക്കുമെന്നുള്ളതു നിശ്ചയമല്ലേ? ഞാൻ നേരെ നടന്നു, അരഫർലോങ് അകലത്തുള്ള പെൺപള്ളിക്കൂടത്തിൽക്കടന്ന് വരാന്തയിൽ ഇരിപ്പായി. അല്പാല്പം ഇരുട്ടു വ്യാപിച്ചുതുടങ്ങിയിരിക്കുന്നു. എന്റെ ഹൃദയ സ്പന്ദനങ്ങൾ കാതിലങ്ങനെ മുഴങ്ങുകയാണ്. അവൾ വരുമെന്നുള്ള കാര്യത്തിൽ എനിക്ക് തർക്കമില്ലല്ലോ; മന്ത്രശക്തിയല്ലേ....എന്തിന് ഒരു മണിക്കൂറോളം ഞാനവിടെ ഇരുന്നുകാണും...... എന്റെ സ്പന്ദനങ്ങളുടെ തീവ്രത ക്ഷയിച്ചു. ഹൃദയത്തിൽ ഒരു മരവിപ്പുണ്ടായിത്തുടങ്ങി. മുഴുത്ത നിരാശ! ആരും വരുന്നില്ല... ഞാൻ ഗേറ്റുകടന്ന് വീണ്ടും ക്ഷേത്രത്തിൽപ്പോയി നോക്കി. അവളില്ല...പോയിക്കഴിഞ്ഞു! അവൾ വീടുപറ്റിയിട്ട് എത്രയോ നേരമായി! എനിക്കുണ്ടായ നിരാശയ്ക്കറുതിയില്ല. അമ്പലത്തിലേക്കുപോയ എന്നെക്കാണായ്കയാൽ വീട്ടുകാർ പരിഭ്രമിച്ചിരിക്കുകയാണ്. മ്ലാനചിത്തനായി മടങ്ങിയെത്തിയ എനിക്ക് നേരം വൈകി

യതിന്, അമ്മയുടെ അടുക്കൽനിന്നും കുറച്ച് അടികിട്ടി. പിറ്റേദിവസം ആ ജ്ഞാനശകലം എനിക്കു പ്രദാനംചെയ്ത് എന്നെ വഞ്ചിച്ച സതീർത്ഥ്യനെ എന്തെല്ലാമാണ് ഞാൻ പറഞ്ഞതെന്ന് എനിക്കോർമ്മ യില്ല. എനിക്കയാളെ ചുട്ടുപൊടിക്കുവാനുള്ള കോപമുണ്ടായി. ഇന്ന തോർക്കുമ്പോൾ ഞാൻ ലജ്ജിച്ച് ചൂളിപ്പോകുന്നു!... ഏവംവിധങ്ങളായ ചില പരാക്രമങ്ങൾക്ക് ഒരുങ്ങിപ്പുറപ്പെട്ടിട്ടുണ്ടെങ്കിലും മറ്റു ചിലകാര്യ ങ്ങളിൽ ഞാൻ മഹാഭീരുവായിരുന്നു. മലബാറിൽ മാപ്പിള ലഹള ശക്തി യായി നടക്കുന്ന കാലമായിരുന്നു അത്. മാപ്പിളമാർ പ്രവർത്തിക്കുന്ന 'ക്രൂരപ്രവൃത്തി'കളെക്കുറിച്ച് പലേകഥകളും ഞാൻ കേൾക്കുവാനിട യായി. അവയെന്നെ ഭയചകിതനാക്കി. സ്കൂളിലേക്കോ മറ്റോ പോകു മ്പോൾ ഒരു മുഹമ്മദീയനെ ദൂരെയെങ്ങാനും കണ്ടാൽമതി, ഞാൻ തളർന്നുപോകും. പ്രാണരക്ഷാർത്ഥം അവരുടെ മുൻപിൽനിന്ന് പല പ്പോഴും ഞാൻ പലായനം ചെയ്തിട്ടുണ്ട്. ഏതൊരു മുഹമ്മദീയനായാലും വേണ്ടില്ല, കണ്ടുമുട്ടിയാൽ എന്റെ കഥ കഴിക്കുമെന്നായിരുന്നു വിചാരം. എന്റെ ഭവനത്തിൽനിന്ന് ഒരു ഫർലോങ് അകലെ മൂന്നു പലവ്യഞ്ജ നക്കടകൾ ഉണ്ട്. അവയുടെ ഉടമസ്ഥന്മാർ മുഹമ്മദീയരായിരുന്നു. ഞങ്ങൾ ദരിദ്രരായിരുന്നതിനാൽ വീട്ടാവശ്യങ്ങൾക്കുള്ള വ്യഞ്ജനാദി പദാർത്ഥങ്ങൾ മിക്കവാറും അന്നന്നുവാങ്ങുകയായിരുന്നു പതിവ്. അവ വാങ്ങിക്കൊണ്ടുവരുവാനുള്ള ചുമതല എനിക്കാണ്. അനുജന്മാർ തൊട്ടി ലിൽക്കിടക്കുന്ന കുഞ്ഞുങ്ങളായിരുന്നതിനാൽ, ആ കൃത്യം നിർവ്വഹി ക്കാൻ ഭവനത്തിൽ മറ്റാരുമില്ല. എന്തെങ്കിലും സാമാനം വാങ്ങുവാനായി പണം തന്നയച്ചാൽ മേൽപ്രസ്താവിച്ച മുഹമ്മദീയരുടെ കടകളിൽപോ കാതെ, മറ്റൊരുഭാഗത്ത്, ഏതാണ്ടൊരു മൈലകലെയുള്ള ഒരു നായരുടെ കടയിൽച്ചെന്ന് വാങ്ങുകയായിരുന്നു ഞാൻ ചെയ്തിരുന്നത്. വീട്ടിലുള്ള വർ ഇതറിഞ്ഞിരുന്നില്ല. നേരം വൈകാതിരിപ്പാനായി വിദൂരസ്ഥമായ ഈ പീടികയിലേയ്ക്ക് അതിവേഗത്തിൽ ഞാൻ കുതിച്ചുപായും. പക്ഷേ, വഴി ക്കുവച്ച് ഏതെങ്കിലും ഒരു മുഹമ്മദീയനെക്കണ്ടു എന്നുവന്നേക്കാം. അവരെ എവിടെയെങ്കിലും കാണുന്നുണ്ടോ എന്നാണ് വഴിയിൽ ഇറ ങ്ങിയാൽ എന്റെ ശ്രദ്ധ മുഴുവൻ. കണ്ടാൽ ഏതെങ്കിലും വീട്ടിലേക്കു കയറി ഞാൻ ഒളിച്ചിരിക്കും. ഇങ്ങനെ അക്കാലത്ത് ഞാൻ അനുഭവിച്ചി ട്ടുള്ള ഭയജന്യമായ ജീവിതം ചില്ലറയൊന്നുമല്ല.

ഈ നാരകീയയാതന ഒരുദിവസം അതിന്റെ പരമകാഷ്ഠയിലെത്തി. എനിക്ക് ഒരു സാമാനത്തിനായി മേൽവിവരിച്ചിട്ടുള്ള മുഹമ്മദീയരിൽ ഒരാളുടെ കടയിൽ പോകാതെ തരമില്ല എന്നു വന്നുകൂടി. നായരുടെ കടയിൽ ആ പദാർത്ഥം കിട്ടിയില്ല. വീട്ടിൽ അത് അത്യാവശ്യവുമാണ്. മുഹമ്മദീയരുടെ കടയിൽ അതുണ്ടെന്നു തെളിവുമുണ്ട്. അതിനാൽ കളവുപറയാനും നിവൃത്തിയില്ല. ഈ സന്ദർഭങ്ങളിൽ വഴിക്കെവിടെ യെങ്കിലും കുറെനേരം നിന്നിട്ട് സാമാനം കിട്ടിയില്ലെന്ന് മടങ്ങിവന്നു കളവ് പറയുകയായിരുന്നു എന്റെ പതിവ്. അന്ന് അതൊന്നും നിവൃത്തിയി ല്ലാതായി. പേടിച്ചരണ്ട്, തീവ്രമായി സ്പന്ദിക്കുന്ന ഒരു ഹൃദയത്തോടെ

അവരിൽ ഏറ്റവും ശാന്തനെന്ന് എനിക്കു തോന്നിയ ഒരു മുഹമ്മദീയന്റെ കടയിലേക്ക് ഞാൻ സംശയിച്ചു സംശയിച്ചു കയറി. ഗദ്ഗദസ്വരത്തിലാണ് ഞാൻ സാധനം ആവശ്യപ്പെട്ടത്. പാവം, വ്യാപാരി! അയാളുണ്ടോ എന്റെ ഹൃദയത്തിലെ കോളിളക്കം അറിയുന്നു!

തൊട്ടടുത്ത് വേറൊരു കടയുണ്ട്. മീതിയൻമാപ്പിള്ള എന്ന ഒരു വൃദ്ധ മുഹമ്മദീയനാണ് വ്യാപാരി. ചായക്കടയും പലവ്യഞ്ജനക്കടയും ഒന്നിച്ചു ചേർന്നിട്ടുള്ള ഒരു കടയാണത്. ആ വൃദ്ധവ്യാപാരി ആൾ ഒരു തമാശ ക്കാരനാണ്. ആരെങ്കിലും അതിലേകടന്നുപോകുമ്പോൾ അയാൾ പെട്ടെന്നൊരു ശബ്ദം പുറപ്പെടുവിക്കും. സഞ്ചാരി മിക്കപ്പോഴും ഞെട്ടിപ്പോകുക സ്വാഭാവികമാണല്ലോ. അതുകണ്ട് അയാളും, ചുറ്റുമുള്ള കടക്കാരും, അവിടെക്കൂടിയിരിക്കുന്ന ജനങ്ങളും പൊട്ടിച്ചിരിക്കും. അയാൾ പലപ്പോഴും പ്രവർത്തിച്ചുരസിക്കാറുള്ള ഒരു ചപലവിനോദമാണത്.

അന്ന്, എന്റെ കഷ്ടകാലത്തിന് ഞാനാണയാൾക്കിരയായത്. പോരെങ്കിൽ ഏതാണ്ടൊരു വാൾപോലെ നീണ്ട ഒരു കത്തികൊണ്ട് അയാൾ ഒരു ചക്കപ്പഴം മുറിച്ചുകൊണ്ടു പീടികയുടെ മുൻപിലുള്ള ചെറിയ പന്തലിൽ-റോഡുവക്കിൽ-അങ്ങനെ നില്ക്കുകയാണ്. ആ സ്ഥലത്തുനിന്ന് എങ്ങനെയെങ്കിലും രക്ഷപ്പെട്ടുകിട്ടിയാൽമതിയെന്ന ഏകപ്രാർത്ഥനയോടെ ആവേശപൂർവ്വം ഞാൻ കടന്നുപോകുമ്പോൾ അയാൾ “ദേദേ ദേദേ” എന്നാർത്തുകൊണ്ട് ആ നീണ്ട കത്തിയും കൈയിൽപ്പിടിച്ച് ഒരു നൃത്തം. ഈശ്വരാ, എനിക്കുണ്ടായ നടുക്കം! തലതിരിച്ചു നോക്കിയപ്പോഴുണ്ട്, അയാളുടെ കൈയിൽ ആ നീണ്ട കത്തി!! “അയ്യോ” എന്നുറക്കെ നിലവിളിച്ചുകൊണ്ട് ഞാൻ ഒരോട്ടമോടി. തൊട്ടടുത്ത് ഒരു ഭഗവതിക്ഷേത്രമുണ്ട്. ഞാൻ ഓടിച്ചെന്ന് അമ്പലത്തിൽക്കയറി-നേരെ ശ്രീകോവിലിനകത്തേക്ക്. “രാഹു” എന്ന ഒരെമ്പ്രാന്തിരിയാണ് പൂജകൻ. അദ്ദേഹം ചാടിപ്പുറത്തേക്കിറങ്ങി, എന്നെ കൈക്കുപിടിച്ച് താഴേക്കിറക്കി നിറുത്തി. ഞാൻ കിലുകിലാ വിറയ്ക്കുകയാണ്. ശരീരത്തിലുള്ള രക്തം മുഴുവൻ എന്റെ മുഖത്തെ മാംസപേശികളിൽ തുളുമ്പിക്കൂടിയിട്ടുണ്ട്. ഞാൻ ഏങ്ങലടിച്ചു കരയാൻ തുടങ്ങി. അദ്ദേഹം കാരണം തിരക്കി. എനിക്കു ശബ്ദം പുറത്തുവരുന്നില്ല. ഏറെനേരംകൊണ്ട് ശിഥിലാക്ഷരങ്ങളിൽ ഒരുവിധത്തിൽ ഞാൻ അദ്ദേഹത്തെ വിവരം ധരിപ്പിച്ചു- “മീതിയൻമാപ്പിള എന്നെ വാളുകൊണ്ട് വെട്ടാൻവന്നു” എന്നാണ് ഞാൻ പറഞ്ഞത്. “പേടിക്കേണ്ട ഇവിടെ നില്ക്കൂ” എന്നുപറഞ്ഞിട്ട് അദ്ദേഹം വെളിയിലേക്കിറങ്ങി. അയാളോടുചെന്ന് വിവരം ചോദിച്ചു. അപ്പോഴാണ് ആ വൃദ്ധന് അയാൾ ഒട്ടും മനപ്പൂർവ്വമല്ലാതെ ചെയ്ത ആ വിനോദത്തിന്റെ ആപല്ക്കരമായ ഫലം ബോധപ്പെട്ടത്.....എമ്പ്രാന്തിരി തിരികെ വന്ന് എന്നെകൂട്ടി വീട്ടിൽക്കൊണ്ടുവന്നാക്കി. മീതിയൻമാപ്പിള ഓടി വീട്ടിൽവന്നു. കുറെ പഴവും റൊട്ടിയും പഞ്ചസാരയുമെല്ലാം കൊണ്ടു വന്നിട്ടുണ്ടായിരുന്നു. ഞാൻ അപ്പോഴും തേങ്ങിത്തേങ്ങിക്കരയുകയാണ്. വീട്ടിലുള്ളവരെല്ലാം പരിഭ്രമിച്ചുവശായി. കാര്യമെല്ലാം വിശദീകരിക്കപ്പെട്ടു. എന്റെ വീട്ടിലുള്ളവർപോലും ചിരിച്ചുപോയി. മീതിയൻമാപ്പിള എന്റെ

അടുത്തുവന്ന് വാത്സല്യപൂർവ്വം "കുട്ടാ" എന്നുവിളിച്ചുകൊണ്ട് എന്നെ ആശ്വസിപ്പിച്ചു. ഞാനിത്ര മണ്ടനാണോ എന്നുചോദിച്ച് എന്നെ പരിഹസിച്ചു. പഴവും മറ്റും എന്റെ കൈയിൽത്തന്നെ തന്നു. അങ്ങനെ എനിക്കല്പം ആശ്വാസം ലഭിച്ചു.

പ്രിപ്പറട്ടറി ക്ലാസിൽ പഠിച്ചുകൊണ്ടിരുന്ന കാലത്ത് ആപല്ക്കരമായ ഒരു വിഡ്ഢിത്തം ഞാൻ പ്രവർത്തിക്കുകയുണ്ടായി. നന്നേ കുട്ടിക്കാലം മുതലേ ഞാൻ മഹാകുസൃതിയായിരുന്നു. ഒരു മിനിറ്റ് വെറുതെയിരിക്കുകയില്ല. മരത്തിൽക്കയറ്റമാണ് പ്രധാനതൊഴിൽ. ശരീരത്തിൽ ഒരു മുറിവോ, ചതവോ പറ്റാത്ത ഒരൊറ്റദിവസംപോലും എനിക്കോർമ്മയില്ല. ഞങ്ങളുടെ സ്കൂളിന് തെക്കുവശത്തായി ഒഴിഞ്ഞുകിടന്നിരുന്ന ഒരു പറമ്പുണ്ട്. അതിൽ നന്നേ വണ്ണംകുറഞ്ഞ് ധാരാളം പൊക്കമുള്ള ഒരു 'അരണമരം' നില്പുണ്ട്. കാലത്തും ഉച്ചയ്ക്കും സ്കൂളിൽ മണിയടിക്കുന്നതുവരെ കുട്ടികൾ അവിടെക്കൂടി ആ മരത്തിന്മേൽ കയറിക്കളിക്കുകപതിവാണ്. ഒന്നിനുപുറകെ ഒന്നായി അഞ്ചാറുകുട്ടികൾ ആ മരത്തിന്മേൽ പിടിച്ചുകയറും. മുകളിൽച്ചെല്ലുമ്പോൾ മാത്രമേ ശിഖരങ്ങളുള്ളൂ. അതുവരെ ഒറ്റത്തടിയായി ആ വൃക്ഷം വളരുന്നു. കുട്ടികൾ വൃക്ഷാഗ്രത്തിലെത്തുമ്പോഴേക്കും ക്രമേണ അത് വളഞ്ഞുവളഞ്ഞ് ഒടുവിൽ ഘനം കൊണ്ട് അതിന്റെ ശിഖരങ്ങൾ നിലത്തു വന്നുമുട്ടും. കുട്ടികൾ ഇറങ്ങിപ്പോരും. വീണ്ടും കയറും; വൃക്ഷം തലകുനിക്കും; കുട്ടികൾ നിർബ്ബാധം ഇറങ്ങിപ്പോരും ഇങ്ങനെയെല്ലാമായാലും ആ വൃക്ഷം ഒടിയുകയില്ല. അത് ആ വൃക്ഷത്തിന്റെ ഒരു സ്വഭാവമാണ്. കുട്ടികളുടെ ഈ വിനോദം എന്നെ വളരെ ആകർഷിച്ചു. എനിക്കും അതിൽ പങ്കുകൊള്ളുവാൻ തോന്നി. പക്ഷേ, തേഡ്ഫാറത്തിൽ പഠിക്കുന്ന മുതിർന്ന കുട്ടികൾ മാത്രമേ അതിൽ പങ്കെടുത്തിരുന്നുള്ളൂ. ഞാൻ തീരെ കൊച്ചുകുട്ടിയായിരുന്നതിനാൽ അവർക്കെന്നെ 'കണ്ണിൽ പിടിച്ചില്ല!' എന്റെ അഭ്യർത്ഥനകൾ അവർ സ്വീകരിച്ചില്ല. ഇങ്ങനെ നിത്യവും അതിന്റെ ചുവട്ടിൽച്ചെന്ന്, അവരനുഭവിക്കുന്ന സ്വർഗ്ഗീയനിർവൃതി അസൂയയോടെ ഉറ്റുനോക്കി നിന്നുകൊണ്ട് മണിയടിക്കുമ്പോൾ നിരാശയോടെ മടങ്ങിപ്പോരുകയാണ് പതിവ്. ആ സെറ്റിലെ ഒരു പ്രമാണിയായ 'കൊച്ചുണ്ണി'ക്ക് ഇക്കാര്യത്തിലേക്കായി മൂന്നുപൈസയുടെ മിഠായിവാങ്ങി കൈക്കൂലി കൊടുക്കുകപോലും ഞാൻ ചെയ്തിട്ടുണ്ട്. വീട്ടിൽനിന്ന് സാമാനങ്ങൾ വാങ്ങാൻ തന്നയച്ച സംഖ്യയിൽനിന്ന് കട്ടെടുത്താണ് ഞാൻ ആ കാലണത്തുട്ടുകൾ സമ്പാദിച്ചത്. എന്നാൽ ആ പ്രമാണി കൈക്കൂലിവാങ്ങി അനുഭവിച്ചുവെങ്കിലും എന്നെ വഞ്ചിക്കുകയാണ് ചെയ്തത്. മിഠായി തിന്നുകഴിഞ്ഞപ്പോൾ ഇഷ്ടന്റെ മട്ടൊക്കെ മാറി. അതുവരെ സ്നേഹത്തിലും ലോഹ്യത്തിലും എന്നോടുപറ്റിക്കൂടിയ ആ കപട തന്ത്രജ്ഞൻ, പെട്ടെന്ന് ഗൗരവം ഭാവിച്ചുകൊണ്ട് പുച്ഛരസത്തിൽ, "പോടാ, പിള്ളേരു കേറിയാൽ വീഴും..... ഞങ്ങൾക്ക് ചത്താൽ സാക്ഷിപറയാൻ ഒക്കില്ല." എന്നിങ്ങനെ പറഞ്ഞൊഴിഞ്ഞു. അന്ന് എനിക്കൊരു വാശി തോന്നി. എങ്ങനെയെങ്കിലും എന്റെ ആശ സാധിച്ചേ അടങ്ങൂ എന്നു ഞാൻ അന്തരാശപഥം ചെയ്തു.

ഞാൻ ക്ലാസിലെ 'മോണിട്ട'റാണ്. രാവിലെ രണ്ടാമത്തെ പീരീഡ്- ഡ്രോയിങ്. ഡ്രോയിങ് മാസ്റ്റർ പാവംപിടിച്ച ഒരു അയ്യങ്കാർ സ്വാമിയായിരുന്നു. ആ സാധുമനുഷ്യനെ കുട്ടികളെല്ലാവരുമിട്ട് കുരങ്ങുകളിപ്പിക്കും. പരിഹസിച്ച് 'ഈപ്പൻ' എന്നാണ് അദ്ദേഹത്തെ വിളിക്കുക. ഞാൻ അദ്ദേഹത്തെ വളരെച്ചുരുക്കം സന്ദർഭങ്ങളിലേ കളിപ്പിച്ചിട്ടുള്ളൂ. പോരെങ്കിൽ ഒരിക്കൽ കയിൽനിന്ന് മണ്ണെണ്ണകൊണ്ടുവന്ന ഒരു വലിയപാട്ട(ഒഴിഞ്ഞത്) അദ്ദേഹം പറഞ്ഞതനുസരിച്ച്, ചുമന്നുകൊണ്ടുപോയി. അരനാഴികയ്ക്കുമേൽ അകലമുള്ള അങ്ങാടിയിൽ, ഉടമസ്ഥനെത്തിച്ചു കൊടുത്തിട്ടുണ്ട്. അക്കാരണങ്ങളാൽ സാറിന് എന്നോടല്പം പ്രീതിയുണ്ടായിരുന്നു. പെട്ടി തുറന്ന് ഡ്രോയിങ് പുസ്തകങ്ങൾ എല്ലാമെടുത്ത് ഉടമസ്ഥരായ വിദ്യാർത്ഥികൾക്ക് വിതരണം ചെയ്യേണ്ട ഭാരം മോണിട്ടർക്കാണ്. ചുമതലയുള്ള ആ ജോലി യഥാവിധി നിർവ്വഹിച്ചശേഷം ഞാൻ ഗുരുനാഥന്റെ സമീപംചെന്ന് "ഒന്നുപുറത്തുപോണം, സാർ" എന്ന് പറഞ്ഞു. സാധാരണയായി നിശ്ചിതസമയങ്ങളിലല്ലാതെ ക്ലാസിൽനിന്ന് കുട്ടികളെ വെളിക്കുവിടാറില്ല.

"ഉം.....എളുപ്പം പോയിട്ടുവാടോ" എന്ന് ഉദാരനായ ഗുരുനാഥൻ അനുമതി നൽകി.

ഞാൻ സന്തോഷപൂർവ്വം വെളിയിൽച്ചാടി. നേരെവെച്ചടിച്ചത് സഹന ശക്തി സാമാന്യത്തിലധികം പ്രദർശിപ്പിക്കാറുള്ള ആ ദ്രുമശ്രേഷ്ഠന്റെ സമീപത്തേക്കാണ്. മുണ്ടുമുറുക്കിത്തറ്റുടുത്ത് തയ്യാറെടുത്തുകൊണ്ട്, അദ്ദേഹത്തെ ഞാൻ ആക്രമിക്കാൻ ഒരുമ്പെട്ടു. ഒറ്റത്തടിയായി വളരുന്ന വൃക്ഷങ്ങളിലെ ആരോഹണം എനിക്ക് അപ്രാപ്യമാണെന്ന് മുൻപുതന്നെ സൂചിപ്പിച്ചിട്ടുണ്ടല്ലോ. ആദ്യമൊന്നും ശരിപ്പെട്ടില്ല. പക്ഷേ, ഞാൻ ഒരു കൊച്ചു "റോബർട്ടുബ്രൂസാ"യിരുന്നു. വളരെനേരത്തെ ശ്രമത്തിനുശേഷം, ഒരുവിധത്തിൽ തപ്പിപ്പിടിച്ചു ഞാൻ മരത്തിന്റെ മുകളിലെത്തി എന്നുപറഞ്ഞാൽ മതിയല്ലോ. തോളുകളും മാർത്തടവും നല്ലപോലെ പോറിയിട്ടുണ്ട്. ചിലദിക്കിൽ തൊലിപോലും കുറേശ്ശേ ചീന്തിയിട്ടുണ്ട്. രക്തവും വരുന്നു. ഏതായാലും വൃക്ഷാഗ്രത്തിലെത്തി. ശിഖരങ്ങളിൽ പിടികിട്ടിയപ്പോൾ എനിക്കു സമാധാനമായി. വൃക്ഷാഗ്രം അതിനിടയിൽ കുറെ വളഞ്ഞുകഴിഞ്ഞിരിക്കുന്നു. ആയാസംമൂലം പരവശനായിരുന്ന ഞാൻ തെല്ലുനേരം വൃക്ഷാഗ്രത്തിൽപ്പിടിച്ചിരുന്നു വിശ്രമിച്ചു. അനന്തരം മറ്റു കുട്ടികൾ പ്രവർത്തിച്ചു കണ്ടിട്ടുള്ളതുപോലെ, ഞാനും ഒരു ശാഖയിൽ കൈരണ്ടും മുറുക്കിപ്പിടിച്ചുകൊണ്ടു കാൽവിട്ട, അങ്ങനെ തൂങ്ങിക്കിടന്നു. വൃക്ഷാഗ്രം നിലത്തുചെന്നു മുട്ടുമെന്നായിരുന്നു എന്റെ വിശ്വാസം. അഥവാ മുട്ടുകയില്ലെന്ന സംശയംതന്നെ എന്റെ മനസ്സിൽ തീണ്ടിയിട്ടില്ല. പക്ഷേ, അനുഭവം എനിക്കു പ്രതികൂലമായിപരിണമിച്ചു. മരം കുറച്ചുകൂടി വളഞ്ഞതല്ലാതെ അഗ്രം നിലത്തുമുട്ടുകയില്ല. അഞ്ചാറു പേർ ഒരുമിച്ചു കയറിയാൽ മാത്രമേ, അതു സംഭവിക്കൂ എന്ന് ചിന്തിക്കുവാനുള്ള ബുദ്ധിശക്തി അന്നെനിക്കില്ലായിരുന്നു. അങ്ങനെ ഒരു രണ്ടാൾ പൊക്കത്തിൽ, ഞാൻ തൂങ്ങിക്കിടന്നു പിടിയ്ക്കുകയാണ്. കാൽവളച്ച്

വീണ്ടും ശിഖരത്തിൽ ഉറപ്പിച്ച്, മുൻപ് ശ്രമിച്ചിരുന്നപോലെ നിലയുറപ്പിക്കുവാനായിരുന്നു എന്റെ പിന്നത്തെ ശ്രമം. സാധിക്കുന്നില്ല-ആ പരാക്രമകോലാഹലങ്ങൾക്കിടയിൽ തറ്റഴിഞ്ഞു വസ്ത്രം നിലത്തുവീണു. കൗപീനമാണെങ്കിൽ, വാലും തലയും പൃഷ്ഠഭാഗത്തിൽത്തന്നെ ഞാന്നു കിടന്നാടുകയാണ്. ഷർട്ടിന്റെ പുരോഭാഗത്തിന്നാകട്ടെ ശപ്തമായ ആ നഗ്നതയെ ഗോപനം ചെയ്യത്തക്ക ഇറക്കവും ഇല്ലായിരുന്നു. കൈവിട്ടാൽ 'പതുക്കോ' എന്നു നിലത്തുവീഴും-എന്റെ കാലും നടുവും ഒടിഞ്ഞു പോകും. ഭയംകൊണ്ട് ഞാനരണ്ടുപോയി. ഗത്യന്തരമില്ല. 'അയ്യോ' എന്നുറക്കെ നിലവിളിക്കാൻ തുടങ്ങി. സ്കൂളിലുള്ളവർ നിലവിളികേട്ട് ജനൽവാതിലിൽകൂടി നോക്കിയപ്പോൾ ഞാൻ വൗവ്വാലിനെപ്പോലെ (തലകീഴായല്ലെങ്കിലും) തൂങ്ങിക്കിടന്ന് പിടയ്ക്കുകയാണ്. തേഡ്ഫാറത്തിലെ കുട്ടികളെ പുറത്തേക്കുവിട്ടു. ഹെഡ്മാസ്റ്ററും മറ്റുവാദ്ധ്യാന്മാരും ഓടിവന്നു. നിലവിളികേട്ട് ചുറ്റുപാടുമുള്ള ജനങ്ങളും! മറ്റു ക്ലാസുകളിലെ കുട്ടികൾ വാതിലുകളിലും, ജനലുകളിലുമങ്ങനെ തിങ്ങിക്കൂടി നില്ക്കുകയാണ്. സതീർത്ഥ്യരും ഗുരുനാഥന്മാരുമെത്തിയപ്പോൾ ആപൽഭയത്തിന്റെ സ്ഥാനം ശിക്ഷാഭയത്തിനും ലജ്ജയ്ക്കുമായി വഴിമാറിക്കൊടുത്തു. കുട്ടികളോടു സമാധാനത്തിൽ വൃക്ഷത്തിന്മേൽ കയറുവാൻ പ്രധാനാദ്ധ്യാപകൻ ആജ്ഞാപിച്ചു. കേൾക്കേണ്ട താമസം! അവർക്കെന്തൊരുല്ലാസമായിരുന്നു! കൈക്കൂലിവാങ്ങി എന്നെ കബളിപ്പിച്ച 'കൊച്ചുണ്ണി' തുടങ്ങിയ നാലഞ്ചു പ്രമാണികൾ, മല്ലയുദ്ധത്തിന് പോകുന്ന യോദ്ധാക്കളുടെ ഭാവത്തിൽ വൃക്ഷത്തിന്മേൽ പിടിച്ചുകയറി. ക്രമേണ വൃക്ഷാഗ്രം താണു; നിലത്തുമുട്ടി. അങ്ങനെ ഞാൻ രക്ഷപ്പെട്ടു...പക്ഷേ, എനിക്കുണ്ടായ ലജ്ജ! വിശേഷിച്ചും പെൺകുട്ടികൾ, എനിക്കു പിണഞ്ഞ അബദ്ധത്തിന് വിദൂരത്തുനിന്നുകൊണ്ടാണെങ്കിലും, സാക്ഷ്യം വഹിച്ചതിലായിരുന്നു എനിക്കു സങ്കടവും ജാള്യതയും. ഹെഡ്മാസ്റ്റർ എന്നെ കണക്കിനു ശിക്ഷിക്കാതിരുന്നില്ല. കുട്ടികൾ എല്ലാവരും എന്നെ പരിഹസിച്ചു. മാത്രമല്ല അവർക്കെന്നോടു ദേഷ്യവും തോന്നി. എന്തുകൊണ്ടെന്നാൽ, മേലാൽ ആ വൃക്ഷത്തിൻമേൽ ആരും കയറിക്കൂടാ എന്നും, കയറിയാൽ കഠിനമായി ശിക്ഷിക്കുന്നതാണെന്നും പ്രധാനാദ്ധ്യാപകൻ എല്ലാ ക്ലാസിലുംവന്ന് മുന്നറിവു കൊടുക്കുകയുണ്ടായി. ഞാൻമൂലം അങ്ങനെ അവരുടെ ആ രസംപിടിച്ച വിനോദരംഗം അവിചാരിതമായി ഭഞ്ജിക്കപ്പെട്ടു....!

ഇതിനിടയിൽ ചില പ്രധാനസംഭവങ്ങൾ ഞാൻ വിട്ടുപോയിരിക്കുന്നു. ഒന്നാംക്ലാസിൽ ആദ്യമായിച്ചെന്നെത്തിയ ആ ദിവസം എനിക്കു വിസ്മരിക്കാവതല്ല. അച്ഛനും മുത്തച്ഛനുംകൂടിയാണ് എന്നെ സ്കൂളിൽക്കൊണ്ടുചെന്നു ചേർത്തത്. ക്ലാസിലേക്ക് ഞാൻ നയിക്കപ്പെട്ടു. അവിടെ ഒരു സാർ ഉണ്ട്. സാറിന്റെ കൈയിൽ ഒരു ചൂരലും. അതു കണ്ടമാത്രയിൽത്തന്നെ എന്റെ ജീവൻ പകുതിപോയി. അച്ഛനും മുത്തച്ഛനും ജനവാതില്ക്കൽ വെളിയിലായി നിന്നുകൊണ്ട് സാറുമായി എന്തോ സംസാരിക്കുകയാണ്. കുറച്ചുനേരം കഴിഞ്ഞ് അവർ പോയി. എനിക്കുണ്ടായ സങ്കടത്തിനതിരില്ല. അതിനേക്കാൾ അധികമായി ഭയവും എന്നെ

ബാധിച്ചു. ഞാൻ കരയാൻ തുടങ്ങി. സാർ പതുക്കെ എന്റെ സമീപം വന്നുനിന്ന് എന്നെ ആശ്വസിപ്പിക്കുവാനൊരുമ്പെട്ടു. പക്ഷേ, അദ്ദേഹത്തിന്റെ കൈവശം ആ ക്രൂരമായ ചൂരൽവടി അപ്പോഴും സ്ഥിതിചെയ്യുന്നുണ്ടായിരുന്നു. ഞാൻ ആശ്വസിച്ചില്ല. കരച്ചിൽ വർദ്ധിച്ചതേയുള്ളൂ. ഒടുവിൽ അദ്ദേഹം സ്നേഹപൂർവ്വം എന്നെവിളിച്ച് അദ്ദേഹം ഇരിക്കുന്നപീഠത്തിന്റെ അരികെകൊണ്ടുപോയി, വടി ഒരു വീഞ്ഞപ്പെട്ടിയിലിട്ട് അതിനുമീതെ എന്നെ ഇരുത്തി. എനിക്കല്പം സമാധാനമായി. ഉടൻതന്നെ അദ്ദേഹം ഒരു കുട്ടിയെ കടയിൽ പറഞ്ഞയച്ച് കുറെ 'ലോസഞ്ചസ്' വരുത്തി എന്റെ രണ്ടുകൈകളിലും കുപ്പായകീശയിലും ഇട്ടുതന്നു. ബാക്കിയുള്ളത് ഓരോന്നുവീതം ഓരോ കുട്ടിക്കുമായി വിതരണം ചെയ്തു. എന്റെ ഭീതിയെല്ലാം അങ്ങനെ അപ്രത്യക്ഷമായി. ഞാൻ ആശ്വസിച്ചു. സാറിനെന്നോട് ഇഷ്ടമുണ്ട്. അതെ; ആ സാറിനെന്നോടിന്നും ഇഷ്ടമുണ്ട്. എന്തു നല്ല സാർ! പക്ഷേ, അദ്ദേഹം അന്ന് ഊഹിക്കുകപോലും ചെയ്തിരിക്കുകയില്ല, ആ മിഠായിക്കൊതിയനും പേടിത്തൊണ്ടനുമായ കുഞ്ഞാണ്, അന്നെങ്ങും ജനിക്കുകപോലും ചെയ്തിട്ടില്ലാത്ത അദ്ദേഹത്തിന്റെ ദ്വിതീയപുത്രിയുടെ ഭർത്തൃപദത്തിൽ എത്തിച്ചേരുവാനുള്ളതെന്ന്!-അതെ; ഡ്രായിങ് മാസ്റ്റർ മി.സി.കെ. രാമൻമേനവൻ! അദ്ദേഹത്തിന്റെ രണ്ടാമത്തെ മകളാണ് ഇന്ന് മിസ്സിസ് ശ്രീദേവി ചങ്ങമ്പുഴ എന്ന നാമധേയത്തിൽ അറിയപ്പെടുന്ന ശാലീനയും സ്നേഹസമ്പന്നയുമായ യുവതി.

മലയാളം സ്കൂളിൽ പഠിച്ച നാലു സംവത്സരക്കാലം സ്മരണീയമായ മറ്റുസംഭവങ്ങൾ അധികമായി ഉണ്ടായിട്ടില്ല. പി എം അച്യുതവാര്യർ, ഒരു ത്യാഗരാജയ്യൻ സാർ, നാകപ്പാടി കൃഷ്ണപിള്ള, എം എസ് കൃഷ്ണനെളയത് ഇത്രയും പേരായിരുന്നു അക്കാലത്തെ എന്റെ പ്രധാന ഗുരുക്കന്മാർ. ഇവരിൽ ഒന്നാമത്തെ പേരുകാരനും, ഒന്നാമത്തെ ക്ലാസിലെ അദ്ധ്യാപകനുമായ അച്യുതവാര്യർ സാറിനോട് എന്റെ ജീവിതത്തിന് വലിയ കടപ്പാടുണ്ട്. അതു മറ്റ് സന്ദർഭങ്ങളിൽ വിവരിക്കുന്നതാണ്. നാകപ്പാടി കൃഷ്ണപിള്ളസാറിന് എന്നെ വലിയ ഇഷ്ടമായിരുന്നു. അന്നു ക്ലാസിലെ പ്രഥമസ്ഥാനവും എനിക്കായിരുന്നു പോരെങ്കിൽ ഞാൻ മോണിട്ടറുമാണ്. കൃഷ്ണപിള്ളസാർ ഏതാണ്ട് മൂന്നുമാസത്തിൽക്കൂടുതൽ എന്നെ പഠിപ്പിച്ചിട്ടില്ല. അപ്പോഴേക്കും അദ്ദേഹത്തിനു സ്ഥലംമാറ്റം കിട്ടി.... അദ്ദേഹം പോയശേഷം മി. കൃഷ്ണനെളയതു സാറാണ് ഞങ്ങളുടെ-നാലാംക്ലാസിൽ-അദ്ധ്യാപകനായത്, മേൽപ്പറഞ്ഞ പേരുകാരിൽ ത്യാഗരാജയ്യരൊഴികെ ബാക്കി മൂന്നുപേരും ഇടപ്പള്ളി സ്വദേശികൾ തന്നെയാണ്. ത്യാഗരാജയ്യരെക്കുറിച്ച് ഇന്നെനിക്ക് ഒരു വിവരവും ഇല്ല. ഇടക്കാലത്ത് അദ്ദേഹത്തിന് ചിത്തഭ്രമം ബാധിച്ചിരിക്കുന്നുവെന്ന സന്താപജനകമായ വാർത്തകേൾക്കുവാനിടയായി.

ആ നാലാംക്ലാസിലെ മറ്റൊരു സാറുകൂടി എന്നെ പഠിപ്പിച്ചിരുന്നു. ആ സാറിനെക്കുറിച്ച് ഒന്നും പറയാതെ വിട്ടുകളയുന്നത് ശരിയല്ല. എന്തുകൊണ്ടെന്നാൽ എന്റെ ശൈശവസ്മൃതിചിത്രങ്ങളിൽ അഗണ്യമല്ലാത്ത

ഒന്ന് അദ്ദേഹത്തെ സംബന്ധിച്ചുള്ളതാണ്. ആ സാർ ഒരു 'നല്ല സാറാ' ണെന്ന് ഒരുകുട്ടിയും പറഞ്ഞുകേട്ടിട്ടുള്ളതായി ഞാൻ ഓർക്കുന്നില്ല. ഞാനും യഥാർത്ഥത്തിൽ അദ്ദേഹത്തെ ഭയപ്പെട്ടിരുന്നതല്ലാതെ ഇഷ്ട പ്പെട്ടിരുന്നില്ല.

ഞാൻ നാലാംക്ലാസിൽ പഠിച്ചുകൊണ്ടിരുന്ന കാലത്ത് അദ്ദേഹ ത്തിന്റെ കൈകളിൽ നീണ്ടുകൂർത്ത നഖങ്ങൾ ഉണ്ടായിരുന്നു. അദ്ദേഹം ഇളംകുഞ്ഞുങ്ങളുടെ കൈത്തണ്ടുകളിലും ഊരുപ്രദേശങ്ങളിലും ആ ഖരനഖരങ്ങളുടെ മൂർച്ച പരിശോധിച്ചു രസിക്കുക പതിവാണ്. ശിക്ഷി ക്കുന്നു എന്ന വ്യാജേനയാണ് അദ്ദേഹം ആ ആനന്ദാനുഭൂതി അനുഭവി ക്കുക പതിവ്. കണക്കിട്ടു തന്നിട്ട് കസേരയിൽ ഇരുന്ന് ഉറക്കം തൂങ്ങും. ഉറക്കത്തിൽനിന്ന് ഞെട്ടിയുണർന്നുനോക്കുമ്പോൾ കുട്ടികൾ സംസാരിച്ചു കൊണ്ടിരിക്കുകയായിരിക്കും. അതദ്ദേഹത്തിന് രസിക്കുകയില്ല. ഉടൻ ഓരോരുത്തരെയായി അടുത്തുവിളിച്ച് പല്ലിളിച്ചുകൊണ്ട് പിടിച്ചുനുള്ളി ത്തുടങ്ങും! ഈശ്വരാ! ആ നുള്ളിന്റെ വേദന അനുഭവിച്ചുതന്നെ അറി യേണ്ടതാണ്. കുട്ടികൾ വളരെനേരത്തിനു മുൻപ്തന്നെ കണക്കുചെയ്തു തീർത്തിരിക്കും. ഉറങ്ങുന്ന സാറിനെ വിളിച്ചുണർത്തുവാനുള്ള ധൈര്യം, മോണിട്ടർ സ്ഥാനത്തിൽ ക്ലാസിലെ നായകനായി വർത്തിക്കുന്ന എനിക്കുപോലുമില്ല. മറ്റൊരു തൊഴിലുമില്ലെങ്കിൽ കുട്ടികൾ സംസാരി ക്കുന്നതിൽ അത്ഭുതപ്പെടുവാനുണ്ടോ? കണക്കുതെറ്റിയിട്ടോ പഠിക്കാ ഞ്ഞിട്ടോ, മറ്റു കുസൃതികൾ കാണിച്ചിട്ടോ ആയിരിക്കില്ല മിക്ക കുട്ടി കൾക്കും അദ്ദേഹത്തിൽനിന്നും ഈ പൈശാചികമായ ശിക്ഷ ലഭിക്കുക.

അർദ്ധസുഷുപ്തിയിൽ ലയിച്ച് അദ്ദേഹത്തിന്റെ ചേതന ആനന്ദ സ്വപ്നങ്ങളിൽ പറന്നുകളിക്കുമ്പോൾ, അദ്ദേഹം മിക്കപ്പോഴും അർദ്ധ നഗ്നനായിരിക്കുമെന്നുള്ളത് മറ്റൊരു പ്രത്യേകതയാണ്.... ബാലന്മാരുടെ ശ്രദ്ധയെ ആകർഷിക്കുന്ന സംസാരവിഷയവും അതാണ്. പാവപ്പെട്ട കുട്ടി കൾ അതിനുശിക്ഷയനുഭവിക്കുക!-അതെ, ഗുരുനാഥന്റെ ആക്ഷേപാർഹ മായ അശ്രദ്ധയാണ് കുട്ടികളുടെ ശ്രദ്ധയെ വ്യഭിചരിപ്പിക്കുന്നതെന്ന് അദ്ദേഹം എപ്പോഴെങ്കിലും അറിഞ്ഞിട്ടുണ്ടോ എന്തോ.....!!

ഇടയ്ക്കൊക്കെ ഒരു സാറ് അദ്ദേഹത്തിന്റെ പത്നീഗൃഹത്തിൽ എഴുത്തുകൊണ്ടുപോയിക്കൊടുക്കാൻ എന്നെ നിയോഗിക്കാറുണ്ടായി രുന്നു. മോണിട്ടറല്ലേ, സാറിന്റെ നിയോഗങ്ങൾ എന്തും അക്ഷരംപ്രതി അനുഷ്ഠിക്കുവാൻ കടപ്പെട്ടവനല്ലോ. എന്റെ ചുമതല ആ തുറയിലും പ്രശംസാർഹമാംവിധം ഞാൻ നിർവ്വഹിച്ചിട്ടുണ്ട്. ആദ്യം എനിക്ക് ആ വീട് പരിചയമില്ലായിരുന്നു. വഴിയെല്ലാം പറഞ്ഞു മനസ്സിലാക്കിത്തന്നു. അദ്ദേഹത്തിന്റെ ഭാര്യയുടെ ഗൃഹത്തിലേക്കുപോകാൻ ഒരു ഇടവഴിയുണ്ട്. ഇടവഴി നന്നേ ഇടുങ്ങിയതാണ്. അതിലൂടെ അപൂർവ്വമായേ മനുഷ്യ ജീവികൾ സഞ്ചരിക്കാറുള്ളൂ. ഞാൻ അവിടെ കത്തുംകൊണ്ട് ചെല്ലു മ്പോഴൊക്കെ അദ്ദേഹത്തിന്റെ പത്നി വാത്സല്യപൂർവ്വം രാവിലെ കാപ്പി ക്കുണ്ടാക്കുന്ന പലഹാരത്തിൽ കുറച്ച് ഒരു കടലാസിൽ പൊതിഞ്ഞ് എനിക്ക് തരും. അതെന്നെ വശീകരിച്ചു; ഞാൻ മുഴുക്കൊതിയനാണല്ലോ?

മിക്കപ്പോഴും 'കൊഴുക്കട്ട'യായിരിക്കും പലഹാരം. തണുത്തുറച്ചു വെടിയുണ്ടപോലെയായിത്തീർന്നിട്ടുള്ള ആ കൊഴുക്കട്ട അക്കാലത്ത് 'ഷാംപെയിനെ'ക്കാൾ മാധുര്യമുള്ളതായിട്ടാണെനിക്ക് തോന്നിയത്. ഉച്ച തിരിഞ്ഞ് രണ്ടുരണ്ടരമണിയാവുമ്പോഴാണ് സാർ എന്നെ സന്ദേശവാഹകനാക്കി ക്ലാസിൽനിന്ന് പറഞ്ഞയയ്ക്കുക പതിവ്. ദിവസവും ആ നേരംവരാൻ ഞാൻ അക്ഷമയോടെ കാത്തുകൊണ്ടിരിക്കും. സമയം സമീപിക്കുന്തോറും ആ കൊഴുക്കട്ടകൾ എന്റെ മനോദർപ്പണത്തിൽ നിരാലംബമായി തൂങ്ങിനിന്ന് നൃത്തം ചെയ്യുന്നുണ്ടാകും. എന്നാൽ ചില ദിവസം കത്തുകൊണ്ടുപോകേണ്ട ജോലി ഉണ്ടാവുകയില്ല. അന്നെനിക്കുണ്ടാകുന്ന നിരാശ വിവരണാതീതമാണ്. മൂന്നു മൂന്നര മണിവരെ അസ്വസ്ഥനായിട്ടാണെങ്കിലും ഞാൻ അടങ്ങിനിന്നിട്ടുണ്ട്. കത്തുകൊണ്ടുപോകാൻ ഇപ്പോൾ വിളിക്കും, ഇപ്പോൾ വിളിക്കും എന്നാണ് ഓരോ നിമിഷവും എന്റെ പ്രതീക്ഷ. ഒടുവിൽ എന്റെ ക്ഷമ നിശ്ശേഷം ശമിക്കുമ്പോൾ, ഞാൻ ബഞ്ചിൽനിന്ന് പതുക്കെ എഴുന്നേറ്റ് സാറിന്റെ അടുത്ത്ചെന്ന്, രഹസ്യമായി "സാർ കത്ത്....." എന്നാവശ്യപ്പെടും. സാറാണെങ്കിലും, സാറിനും മറവിപറ്റിക്കൂടെന്നില്ലല്ലോ. "അവടെപ്പോയി ഇരിക്കടോ.....ഇന്നു വേണ്ട............ വേണ്ടപ്പോൾ പറയാം!"-ദൈവമേ, എന്റെ ഹൃദയത്തിനെന്തൊരശനിപാതമായിരുന്നു അത്! യുദ്ധത്തിൽത്തോറ്റ നെപ്പോളിയൻ പോലും അന്ന് ഞാൻ അനുഭവിച്ച നൈരാശ്യത്തിന്റെ അംശമെങ്കിലും അനുഭവിച്ചിരിക്കയില്ല.

ഒട്ടുമുക്കാലും ദിവസങ്ങളിൽ മണിയടിച്ച് പത്തുപതിനഞ്ചുമിനിറ്റു കഴിഞ്ഞേ അദ്ദേഹം ക്ലാസിലെത്തുകയുള്ളൂ. 'വീട്' ഒന്നൊന്നര മൈലകലത്താണ്. രാവിലെ ഊണ് കഴിഞ്ഞ് ഓടിയും വേഗത്തിൽനടന്നും വിയർത്തൊലിച്ചായിരിക്കും വന്നുകയറുക. മാറിൽ ഒരു കച്ചമുണ്ടുമാത്രം ഇട്ടിരിക്കും. ഷർട്ടില്ല. ഞാൻ ഉടൻതന്നെപോയി കോട്ടെടുത്തു കൊണ്ടു വരണം-അതെ, അനതിദൂരസ്ഥമായ അദ്ദേഹത്തിന്റെ പത്നീഗൃഹത്തിൽനിന്നും. അവർ കോട്ടെടുത്തു മടക്കി എന്റെ കൈവശം തന്നയയ്ക്കും. അത് സാറിന്റെ കൈയിൽ കൊണ്ടുവന്നുകൊടുത്തിട്ട്, തിരികെ സ്വസ്ഥാനത്തുചെന്ന്, പ്രതാപശാലിയായ ഒരു ചക്രവർത്തിയുടെ ഭാവഗാംഭീര്യത്തോടെ സതീർത്ഥ്യരെ നോക്കിക്കൊണ്ട് ഞാൻ ഇരിപ്പുറപ്പിക്കും! എന്ത്! സാറിന്റെ കോട്ടെടുക്കുക! അതെന്തൊരുന്നതപദവിയാണ്! സത്യം, സതീർത്ഥ്യരിൽ പലരും എന്റെ ആ ഉന്നതപദവിയിൽ അസൂയാലുക്കളായിത്തീർന്നിട്ടുണ്ട്. ഞാനതിൽ ആനന്ദിച്ചിട്ടുണ്ട്. അഹങ്കരിച്ചിട്ടുണ്ട്.

സാറിന് ആകെക്കൂടി ചാരനിറത്തിലുള്ള ഒരു കോട്ടുമാത്രമേയുള്ളൂ. അത് ഇന്നും ജീവിച്ചിരിപ്പുണ്ടോ എന്ന് എനിക്ക് നിശ്ചയമില്ല. അക്കാലത്ത്, അതിന് എന്നേക്കാൾ ചുരുങ്ങിയത് ഒരഞ്ചുകൊല്ലത്തെയെങ്കിലും പ്രായക്കൂടുതൽകാണും. 'ഷർട്ട്കോട്ടാണ്'. ഷർട്ടിടാതെയാണ് സാർ ആ കോട്ട് ധരിക്കുക പതിവ്. ജന്മമെടുത്തതിൽപ്പിന്നീട് ഒരു പ്രാവശ്യമെങ്കിലും ആ നിർഭാഗ്യജീവി ജലസ്പർശം അനുഭവിച്ചിട്ടുണ്ടോ എന്നു സംശയമാണ്.

അതിന്റെ കഴുത്തുപട്ടയിൽ, വിയർപ്പുകൊണ്ട്, പകലൊക്കെക്കുതിർന്നും, ആവികൊണ്ട് രാത്രികാലങ്ങളിൽ ഉണങ്ങിയും ഖഡ്ഗപാതത്താൽ പോലും അവിഭാജ്യമായ രീതിയിൽ, അനേകശതാബ്ദങ്ങളായി നില നിന്നുപോരുന്ന മാമൂലുകളെപ്പോലെ, എണ്ണയും ചെളിയുംചേർന്ന് പറ്റി നില്ക്കുന്ന ചിലവരമ്പുകൾ കാണാം. അവയുടെ പിളർപ്പുകളിൽ ഞണ്ടു കൾ മുതൽ അണലികൾവരെയുള്ള ക്ഷുദ്രജീവികൾക്ക് താവളമടിക്കാ വുന്നതാണ്. ഒരിക്കൽ ഒരു തിങ്കളാഴ്ച ദിവസം! കേവലം ഉണ്ടപ്പക്കുടു വായിരുന്ന ഞാൻ, കോട്ട് എന്ന വിശ്വാസത്തിൽ എന്തോ തുന്നിവയ്ക്ക പ്പെട്ടിട്ടുള്ള ആ വസ്ത്രവിശേഷത്തെ മാറോടടക്കിപ്പിടിച്ചുകൊണ്ട്, അഭി മാനഗർവ്വത്തോടെ അങ്ങനെ ഇടവഴിയിൽക്കൂടി നടന്നുവരുമ്പോൾ, ഈശ്വരാ, അതിനുള്ളിലെ ഏതോ അഗാധതകളിൽനിന്നും എന്തോ ഒരു സത്വം ഇരച്ചുപാഞ്ഞ് എന്റെ മുഖത്തുകൂടി പ്രാണപരാക്രമത്തോടെ ഒരോട്ടം! നിമിഷത്തിനുള്ളിൽ ആ വസ്ത്രഭാണ്ഡം 'ഫടോ' എന്നു നില ത്തിട്ടിട്ട്, ഭയചകിതനായ ഞാൻ നിന്ന നില്പിൽ നാലുചാട്ടം ചാടിപ്പോയി! പപ്പടംവട്ടത്തിലുള്ള ഒരു തടിമാടൻ എട്ടുകാലിയായിരുന്നു അത്! അതിന്റെ അനുഗാമികളായി വല്ല സത്വവിശേഷങ്ങളും പുറപ്പെട്ടെങ്കിലോ എന്നുകരുതി, വഴിയിൽ കുനിഞ്ഞിരുന്ന് ഞാൻ അതിന്റെ ഓരോ മടക്കു കളും സൂക്ഷ്മമായി പരിശോധിച്ചുനോക്കി, ഏതാനും ചില എറുമ്പുകളും ഒരുപാറ്റയും മാത്രമേ അതിലുണ്ടായിരുന്നുള്ളൂ. വെള്ളിയാഴ്ച വൈകു ന്നേരം മുതൽ തിങ്കളാഴ്ച ആ സമയംവരെ ആ അപൂർവ്വവസ്ത്രാരണ്യ ത്തിന്റെ ഏകാന്തഗഹ്വരങ്ങളിൽ കുടിയേറിപ്പാർത്തിരുന്ന ആക്രമികളെ, ഗുരുഭക്തനായ ഞാൻ യഥോചിതം ആട്ടിപ്പായിച്ച് ഗുരുനാഥനെ ആപ ത്തിൽനിന്ന് രക്ഷിച്ചല്ലോ എന്ന് ഇന്നും അഭിമാനപുളകത്തോടെ അനു സ്മരിക്കുന്നു.....

അക്കാലത്ത് ഇടപ്പള്ളിയിൽ ഇംഗ്ലീഷ്ഹൈസ്കൂൾ ഉണ്ടായിരുന്നില്ല. മിഡിൽസ്കൂളേ ഉള്ളൂ. നാലുസംവത്സരക്കാലത്തെ അവിടത്തെ വിദ്യാ ലയജീവിതം അനുസ്മരണീയമാണ്. അന്നത്തെ എന്റെ പ്രധാനാദ്ധ്യപ കന്മാർ അച്യുതൻപിള്ള (ഹെഡ്മാസ്റ്റർ) കെ അനന്തയ്യർ, എൻ രാമയ്യർ, എം ജി കൃഷ്ണപിള്ള, എൻ വിഷ്ണുനമ്പൂതിരി, കണ്ണട നമ്പ്യാർ സാർ. ടി കെ പരമേശ്വരപ്പണിക്കർ, കണ്ണന്തോടത്തു ശങ്കരപ്പിള്ള, കെ പി കരുണാകരമേനോൻ എന്നിവരാണ്. ഞാൻ സ്കൂളിൽചേർന്നു രണ്ടാ മത്തെവർഷത്തിൽ മി. ശങ്കരപ്പിള്ളയും അതിന്റെ പിറ്റേക്കൊല്ലം ഹെഡ് മാസ്റ്റർ മി. അച്യുതൻപിള്ളയും പെൻഷൻ പറ്റി പിരിഞ്ഞുപോയി. ഞങ്ങൾ ഏറ്റവും ഭയപ്പെട്ടിരുന്നത് അവരെയാണ്. അവർ വിദ്യാലയം വിട്ടപ്പോൾ ഞങ്ങൾക്കുണ്ടായ ആനന്ദം, ആശ്വാസം, ചില്ലറയൊന്നുമല്ല. എന്നാൽ അവരുടെ മഹത്ത്വം എനിക്കു തികച്ചും വെളിപ്പെടുന്നുണ്ട്. ഇത്ര ത്തോളം നിയന്ത്രണശക്തിയും ഭരണനൈപുണിയും ശിക്ഷണവൈദ ഗ്ദ്ധ്യവും ഒത്തുചേർന്ന് ഹൃദയപൂർവ്വം വിദ്യാർത്ഥികളെ സ്നേഹിക്കു കയും അവരുടെ അഭ്യുദയത്തിന് ആത്മാർത്ഥതയോടെ പരിശ്രമിക്കു കയും ചെയ്യുന്ന മാതൃകാദ്ധ്യാപകന്മാർ തുലോം വിരളമാണ്. അവരെ

അന്നു ഞങ്ങൾ ഭയപ്പെട്ടിരുന്നത് തെറ്റുകാരെ അവർ കഠിനമായി ശിക്ഷിച്ചിരുന്നതിനാൽ മാത്രമായിരുന്നു. അവരെക്കുറിച്ചുള്ള സ്മരണപോലും ഇന്നെന്റെ ഹൃദയത്തിൽ ഭക്തി സ്നേഹബഹുമാനസങ്കലിതമായ ഒരു മധുരവികാരം സഞ്ജനിപ്പിക്കുന്നു.

മി. അച്യുതൻപിള്ള പിരിഞ്ഞുപോയതോടെ മി. കെ അനന്തയ്യർ ഹെഡ്മാസ്റ്ററുടെ സ്ഥാനത്തേക്കു പ്രവേശിച്ചു. അദ്ദേഹവും മേൽ പ്രസ്താവിച്ചവരെപ്പോലെയോ ചിലകാര്യങ്ങളിൽ അല്പം കവിഞ്ഞോ അനന്യസാധാരണമായ പലേ സിദ്ധികളോടും കൂടിയ ഒരു വന്ദ്യാദ്ധ്യാപകനാണ്. അദ്ദേഹത്തെപ്പോലെ ഒരു പരിശ്രമശാലിയെ കണ്ടെത്തുക അത്ര എളുപ്പമല്ല. കലാശാലാകവാടങ്ങൾ കയറിയിറങ്ങാതെതന്നെ സ്വന്തമായി പഠിച്ച് അദ്ദേഹം ബി എ പാസായി; അതിനെത്തുടർന്ന് എൻ ടി യും. ഇന്നദ്ദേഹം ഒരു ഹൈസ്കൂൾ അസി. ഹെഡ്മാസ്റ്ററാണ്. ഷോർട്ടുഹാൻഡ്, ടൈപ്പുറൈറ്റിങ് ഇവ നന്നേ ചെറുപ്പകാലത്തുതന്നെ അഭ്യസിച്ചിരുന്നു. കുട്ടികളെ വലിയസ്നേഹമാണ്. ശിക്ഷിക്കുന്ന കാര്യത്തിലും പിന്നോക്കമല്ല.

മി. രാമയ്യർ അനന്തയ്യരെപ്പോലെതന്നെ ഉത്തമനായ ഒരദ്ധ്യാപകനാണെങ്കിലും അദ്ദേഹം അത്ര പരിശ്രമശീലമുള്ള ആളല്ല. പക്ഷേ, ജനങ്ങളുമായി കൂടുതൽ യോജിച്ച് കഴിഞ്ഞുകൂടുവാനുള്ള സാമർത്ഥ്യം അദ്ദേഹത്തിനുണ്ട്. മി. എം ജി കൃഷ്ണപിള്ളയും, വിഷ്ണുനമ്പൂതിരിയും ഓരോ വർഷം മാത്രമേ ഞങ്ങളെ പഠിപ്പിച്ചിട്ടുള്ളൂ. എന്നോട് അവർക്കിന്നും അകൈതവമായ സ്നേഹമുണ്ട്. സമർത്ഥന്മാരും സൽസ്വഭാവികളും സഹൃദയരുമായ അദ്ധ്യാപകരാണവർ. ഓപ്പൺകോട്ട്, കോളർനെക്ക്ടൈ ഇവ ധരിച്ച് ആദ്യമായി ഞങ്ങളുടെ മുൻപിൽ പ്രത്യക്ഷപ്പെട്ട പരിഷ്കാരികളായ യുവാദ്ധ്യാപകന്മാരാണവർ.

കണ്ണടനമ്പ്യാർസാറിനെക്കുറിച്ച് മുൻപൊരിടത്ത് സൂചിപ്പിച്ചിട്ടുണ്ട്. അദ്ദേഹം ആൾ സാത്ത്വികനാണ്. കുട്ടികളെ അടിക്കുകയില്ലെന്നതു പോകട്ടെ, വാർദ്ധക്യത്താൽ ഒട്ടിയതെങ്കിലും മൃദുവായ അദ്ദേഹത്തിന്റെ മുഖം ഒരിക്കലെങ്കിലും കോപാരുണമായി ഞങ്ങൾ കണ്ടിട്ടില്ല. ആ ചുണ്ടിൽ സദാസുന്ദരമായ ഒരു പുഞ്ചിരി നൃത്തം ചെയ്തുകൊണ്ടിരിക്കും. ഒരിക്കലും തളരുകയോ പിൻവാങ്ങുകയോ ഇല്ല. അദ്ദേഹത്തിന്റെ വ്യക്തിത്വത്തിന്റെ ഒരു അവിഭാജ്യഘടകമായിരുന്നു കനത്തചില്ലുകളോടു കൂടിയ ആ കണ്ണട. ആ വസ്തു അദ്ദേഹത്തിൽ നിന്നകന്നു നില്ക്കട്ടെ– അദ്ദേഹം വെറുമൊരു 'നമ്പ്യാർ സാർ' മാത്രം! അങ്ങനെ പലരും കാണും. പക്ഷേ, 'കണ്ണട നമ്പ്യാർ സാർ' അദ്ദേഹം മാത്രമേയുള്ളൂ; ഇനിയൊരു കാലത്തും അങ്ങനെയൊരുൽക്കൃഷ്ട വ്യക്തിയുടെ ആവർത്തനം ഉണ്ടാവുകയില്ല. അദ്ദേഹത്തെ നിങ്ങൾക്ക് ഒരാട്ടിൻകുട്ടിയെന്നോ, മാൻകിടാവെന്നോ വിളിക്കാം. എന്നാലും അദ്ദേഹത്തിന്റെ ശാന്തത കാണുമ്പോൾ, ആ പേരുകളിൽപോലും നിങ്ങൾക്കു തൃപ്തിവരുന്നില്ല. വന്ദ്യഗുരോ അങ്ങ് വിദ്യാലയം വിട്ടശേഷം, ഞാനങ്ങയുടെ നാട്ടുകാരനാണെങ്കിലും അയൽപക്കക്കാരനാണെങ്കിലും, അങ്ങെന്നെക്കണ്ടിട്ടില്ല; എന്റെ ആഗമനംകൊണ്ട്, പവിത്രമായ ആ വാർദ്ധക്യത്തിന്റെ പ്രശാന്ത

തയിൽ ഒരു നേരിയചലനംപോലും ഉണ്ടാക്കുവാൻ ഞാൻ ആഗ്രഹിക്കുന്നുമില്ല. പക്ഷേ, അങ്ങയോടുള്ള ഭക്തിയും സ്നേഹവും എന്റെ ഹൃദയത്തിൽ അന്ത്യശ്വാസംവരെ തുളുമ്പിനില്ക്കും.

കണ്ണടനമ്പ്യാർസാർ ഞങ്ങളെ പിരിഞ്ഞുപോയി; എന്നുവച്ചാൽ പെൻഷൻപറ്റി എന്നാണർത്ഥം. ആ കസേര ഒഴിവായിക്കിടക്കുന്നു. അതിൽ ഒരാൾ ഇരുന്നേ കഴിയൂ. അതെ, ഒരുദിവസം ആ സ്ഥാനത്തിൽ ഒരു മനുഷ്യൻ വന്നിരിപ്പുറപ്പിക്കുന്നതു ഞാൻ കണ്ടു. അദ്ദേഹവും ഞങ്ങളുടെ നാട്ടുകാരൻ തന്നെ! പക്ഷേ, കണ്ണട നമ്പ്യാർസാറിരുന്ന ആ കസേരയിൽ യുവാവായ ആ സാർ ഇരിക്കുക! ഈശ്വരൻ ഒരു നേരംപോക്കുകാരനാണെന്ന് മഹാകവി വള്ളത്തോൾ ഇടപ്പള്ളി സാഹിത്യപരിഷത്തിൽ പ്രസ്താവിച്ചതെത്ര പരമാർത്ഥം.....

* * * * * * *

എന്നെ ഏറ്റവും അബദ്ധങ്ങൾ പഠിപ്പിച്ചിട്ടുള്ള ഒരു അദ്ധ്യാപകൻ മിഡിൽ സ്കൂളിൽ ഉണ്ടായിരുന്നു. അതിൽപ്പലതും എനിക്കിന്ന് ഓർമ്മയുണ്ട്. അതുമറക്കാൻ സാധിക്കുന്നതല്ല. പാവപ്പെട്ട കുഞ്ഞുങ്ങളെ മലയാളം പഠിപ്പിക്കുമ്പോൾ അബദ്ധജടിലവും ആർഭാടവികടവുമായ ഗീർവ്വാണം ഇത്രത്തോളം വെച്ചുകാച്ചുന്ന അദ്ധ്യാപകന്മാർ വേറെയുണ്ടെന്നു തോന്നുന്നില്ല. സെക്കന്റ് ഫാറത്തിൽവെച്ച് അദ്ദേഹത്തിൽനിന്നും ലഭിച്ച 'മേഘനിർബ്ബിഡിതമായ ആകാശം' രണ്ടുകൊല്ലം. മറ്റൊരദ്ധ്യാപകൻ തീരുത്തിത്തരുന്നതുവരെ തരംകിട്ടുമ്പോഴെല്ലാം ഞാനും വെച്ചുകാച്ചിയിരുന്നു.

"ഇല്ലം കൊണ്ടന്നവളെത്തല്ലി-
പ്പല്ലുതകർത്തൊരു പാങ്ങോച്ചാരുടെ
തള്ള കയർത്തൊരുലയ്ക്കയെടുത്താ-
ച്ചെള്ളയ്ക്കൊന്നുമിറുക്കിണകണ്ടു."

എന്ന, നമ്പ്യാരുടെ തുള്ളലിലെ ഒരുഭാഗത്തിൽ 'ഇല്ലംകൊണ്ടന്നവൾ' എന്ന പദത്തിന് അദ്ദേഹം അർത്ഥം പറഞ്ഞുതന്നതിങ്ങനെയാണ്-

'ഇല്ലം എന്നുവച്ചാൽ ഇല്ലനക്കരി-നിങ്ങൾ കണ്ടിട്ടില്ലേ? അടുക്കളകളിലും മറ്റും തുടർച്ചയായി പുകപ്പറ്റിപ്പിടിച്ച് ഒരുമാതിരി കരിതൂങ്ങിനില്ക്കുന്നത്? അതാണ് ഇല്ലനക്കരി. ഇല്ലനക്കരി ലോപിച്ചുലോപിച്ച് ഇല്ലം എന്നായി. ഭർത്താവ് ദന്തശോധനാർത്ഥം ഭാര്യയോട് ഉമിക്കരി കൊണ്ടുവരാനായിപ്പറഞ്ഞു. പക്ഷേ, അവൾ കൊണ്ടുവന്നതോ, ഇല്ലനക്കരി! ഭർത്താവ് ക്ഷുഭിതനായിത്തീർന്നു. 'ഇല്ലനക്കരി സമീപത്തു കൊണ്ടുവന്നുവച്ചതും അയാൾ ചാടിയെഴുന്നേറ്റു. അവളുടെ കപോലഫലകത്തിൽ ഹസ്താഗ്രത്താൽ അത്യുഗ്രമായ ഒരാഘാതമേല്പിച്ചതും ഒന്നായിക്കഴിഞ്ഞു'..... ഇങ്ങനെപോകുന്നു ആ അഭിനവമല്ലീനാഥന്റെ വ്യാഖ്യാന വൈദഗ്ദ്ധ്യം."

ഒരുദിവസം 'പരോപകാരം' എന്നതിന്റെ ഇംഗ്ലീഷുവാക്കറിയേണ്ടതായ ആവശ്യം എനിക്കു വന്നുകൂടി. ഉച്ചയ്ക്കു ഭക്ഷണം കഴിച്ചു തിരിച്ചുവന്നു വിശ്രമിക്കുമ്പോൾ ഞാൻ അദ്ദേഹത്തെ സമീപിച്ചു. 'അനാറ്റമി'

എന്നദ്ദേഹം എനിക്ക് പറഞ്ഞു തന്നു. എനിക്കു സംശയിക്കേണ്ട വല്ല ആവശ്യമുണ്ടോ? സാറ് പറഞ്ഞുതന്നതല്ലേ! എന്റെ അബദ്ധം തിരുത്തുവാൻ ആറേഴുകൊല്ലം കഴിയേണ്ടിവന്നു. അക്കാലമത്രയും പരോപകാരം എന്നപദം ഇംഗ്ലീഷിൽ പ്രയോഗിക്കേണ്ടിവരുന്ന അവസരത്തിലെല്ലാം ഞാൻ 'അനാറ്റമി'യാണ് പ്രയോഗിച്ചിരുന്നത്. 'രചന' ശ്രദ്ധയോടുകൂടി വായിച്ചുനോക്കി തെറ്റുതിരുത്തുന്ന അധ്യാപകന്മാർ കുറവായതിനാൽ എന്റെ ഈ 'അനാറ്റമി' പലപ്പോഴും അവരുടെ കണ്ണുവെട്ടിച്ച് കടന്നുപോയതിൽ അത്ഭുതപ്പെടുവാനാവില്ല.

ഒടുവിൽ എറണാകുളം മഹാരാജാസ് ഹൈസ്കൂളിൽ അഞ്ചാം ഫാറത്തിൽ പഠിക്കുന്നകാലത്ത് Literary and Debating Society യുടെ ആഭിമുഖ്യത്തിൽ പ്രതിവാരം നിർവ്വഹിക്കപ്പെടാറുള്ള യോഗങ്ങളിലൊന്നിൽ Anatomy എന്ന പേരിൽ ഒരുപന്യാസം (ഇംഗ്ലീഷിൽ നടത്തപ്പെടുന്ന യോഗമാണ്) എഴുതി വായിക്കുവാനുള്ള ഭാരം ഞാൻ കൈയേറ്റു. ശ്രീമാൻ ഇടപ്പള്ളി പി കെ കരുണാകരമേനവന്റെ മാതുലനായ ശ്രീമാൻ പുല്ല്യാട്ടു പത്മനാഭമേനോൻ ബി എ എൽ ടിയാണ് അന്നെന്റെ ക്ലാസിലെ അദ്ധ്യാപകൻ, അദ്ദേഹം തന്നെയാണ് യോഗാദ്ധ്യക്ഷനും. അടുത്ത യോഗത്തിലേക്കുള്ള വിഷയം തിരഞ്ഞെടുക്കുന്ന അവസരത്തിലാണ് എന്റെ അനാട്ടമിയുമായി ഞാൻ ചാടിവീണത്. ഇംഗ്ലീഷിൽ ഏറ്റവും അധികം മാർക്ക് സമ്പാദിക്കുന്ന വിദ്യാർത്ഥി ഞാനാണ്. ക്ലാസിൽ ഒന്നാമനും ഞാൻ തന്നെ. പക്ഷേ, അനാറ്റമിയെക്കുറിച്ച് ഒരുപന്യാസം തയ്യാറാക്കുവാനുള്ള കരുക്കൾ എന്റെ കൈവശം കാണുമെന്ന് അദ്ദേഹം അതുവരെ വിശ്വസിച്ചിരുന്നില്ല. സത്യം പറയാമല്ലോ, ഞാനാഭാരം കൈയേറ്റപ്പോൾ അദ്ദേഹം ആശ്ചര്യപരതന്ത്രനായി എന്റെ മുഖത്തുതന്നെ ഉറ്റുനോക്കിക്കൊണ്ട് കുറച്ചുനേരമങ്ങനെ ബിംബംപോലെ ഇരുന്നുപോയി. മെഡിക്കൽകോളേജ് വിദ്യാർത്ഥികളുടെ മുൻപിൽ ഒരു കീറാമുട്ടിയായി സ്ഥിതി ചെയ്യുന്ന ആ അഗാധവിഷയത്തെക്കുറിച്ചു ഞാൻ ഉപന്യസിക്കുക! ഭാഗ്യമെന്നേ പറയേണ്ടു! അദ്ദേഹം എന്തിനെയാണ് ഞാനുദ്ദേശിക്കുന്ന് എന്നു എന്നോടു ചോദിച്ചു. ലേശമെങ്കിലും സങ്കോചം കൂടാതെ 'പരോപകാരം' എന്നു ഞാൻ മറുപടി പറഞ്ഞു. അദ്ദേഹം പൊട്ടിച്ചിരിച്ചു പോയി. ഒടുവിൽ എനിക്കുപറ്റിയ അബദ്ധം തിരുത്തുകയും, ശരിയായ രണ്ടു പദങ്ങൾ എനിക്കു പറഞ്ഞുതരികയും ചെയ്തു. അങ്ങനെ ഒരു സന്ദർഭത്തിൽ സമാഗതമായില്ലെങ്കിൽ പരോപകാരം ഇന്നും പക്ഷേ, അനാറ്റമിയായിത്തീർന്ന എന്റെ മനസ്സിൽ ഇരിപ്പുറപ്പിക്കുമായിരുന്നു. നോക്കുക. തനിക്ക് അറിഞ്ഞുകൂടെങ്കിൽ 'അറിഞ്ഞുകൂടാ' എന്നു സമ്മതിക്കുവാനുള്ള ഹൃദയവിശാലതയില്ലായ്മ, വരുത്തിക്കൂട്ടുന്ന കുഴപ്പങ്ങൾ! മനുഷ്യനെ 'വാണത്തിൽ കയറ്റിവിടുക' എന്നു പറഞ്ഞുകേട്ടിട്ടുണ്ട്. ഇങ്ങനെയുള്ള അന്തസ്സാരവിഹീനരായ അദ്ധ്യാപകവേതാളങ്ങളെയാണ് അങ്ങനെ ചെയ്യേണ്ടത്. അവരുടെ അജ്ഞതകൊണ്ടു ലോകത്തിനു ഒരു പദ്രവവുമില്ല; പക്ഷേ, ആ അജ്ഞതയെ അവർ അബദ്ധം കൊണ്ടു ഗോപനം ചെയ്യുമ്പോൾ അതാപല്ക്കരമായിത്തീരുന്നു. ഘോഷയാത്ര ഓട്ടൻതുള്ളൽ പഠിപ്പിക്കുമ്പോൾ നാഗകേതനൻ ശിവനല്ല ദുര്യോധന

നാണെന്നറിയുവാനുള്ള വിജ്ഞാനം ഒരു ഹിന്ദുവായ അദ്ദേഹത്തിനു ഉണ്ടാകാതിരുന്നതിലല്ലാ, സന്ദർഭം കൊണ്ടെങ്കിലും ആലോചിച്ചെടുക്കുവാനുള്ള നിസ്സാരമായ യുക്തിവൈഭവമെങ്കിലും അദ്ദേഹത്തിനില്ലാതെ പോയതിനാലാണ് ഇന്നും എനിക്കത്ഭുതം തോന്നുന്നത്...!!

അടുത്തതായി എന്റെ മനോദർപ്പണത്തിൽ പ്രവേശിക്കുന്ന ചിത്രം ശ്രീ. കെ പി കരുണാകരമേനവന്റേതാണ്. ആലുവാ സ്വദേശിയും പ്രസിദ്ധസാഹിത്യകാരന്മാരായ മധുരവനം സി കൃഷ്ണക്കുറുപ്പ് ബി എ എൽ ടി, കെ പി ശങ്കരമേനോൻ ബി എ ബി എൽ എന്നിവരിൽ ഒന്നാമന്റെ സ്യാലനും, രണ്ടാമന്റെ ജ്യേഷ്ഠനുമാണ് അഗാധപണ്ഡിതനും സംസ്കാരസമ്പന്നനുമായ ഈ അദ്ധ്യാപകൻ. അദ്ദേഹം ഒരു നല്ല സാഹിത്യകാരനും അപ്രതിമനായ ഒരു പ്രാസംഗകനുമാണ്. സംസ്കൃത പദബഹുലമായ അദ്ദേഹത്തിന്റെ പ്രസംഗത്തെ ഒരുവലിയ കൊടുങ്കാറ്റിനോടുപമിക്കാം. പുൽക്കൊടിമുതൽ മഹാവൃക്ഷങ്ങൾവരെ സകലതിനേയും അത് പിടിച്ചു കുലുക്കുന്നു, ഉലയ്ക്കുന്നു. എന്നിരുന്നാലും ക്ലാസിൽ പഠിപ്പിക്കുമ്പോൾ ലളിതവും സുന്ദരവുമായ ഭാഷയേ അദ്ദേഹം പ്രയോഗിക്കാറുള്ളൂ. പരമേശ്വരപ്പണിക്കർ സാറും അദ്ദേഹവും ഒരേ കാലത്തു ഞങ്ങളെ പഠിപ്പിച്ചു കൊണ്ടിരുന്ന അദ്ധ്യാപകന്മാരാണ്.... അദ്ദേഹം ഇന്നു തിരുവനന്തപുരം മോഡൽ സ്കൂളിൽ (മാതൃകാപാഠാലയത്തിൽ) എണ്ണപ്പെട്ട അദ്ധ്യാപകന്മാരിൽ ഒരാളാണെന്നുള്ളതുതന്നെ അദ്ദേഹത്തിന്റെ കവിതകൾക്കുദാഹരണമാണ്. പദ്യരചനയിൽ എനിക്കുണ്ടായിരുന്ന കൗതുകത്തെ അക്കാലത്ത് അദ്ദേഹം ആത്മാർത്ഥമായി ഉജ്ജ്വലിപ്പിച്ചിട്ടുണ്ട്. അദ്ദേഹത്തിന്റെ വിദ്യാർത്ഥികളിൽ ഒരാൾക്കെങ്കിലും അദ്ദേഹത്തെക്കുറിച്ചു പ്രശംസാരൂപത്തിലല്ലാതെ എന്തെങ്കിലും പറയാനുണ്ടായിരിക്കണമെന്നു തോന്നുന്നില്ല...

അക്കാലങ്ങളിൽ, ക്ലാസിൽ പഠിപ്പിക്കുന്ന ഇംഗ്ലീഷ് പുസ്തകങ്ങളിലുള്ള കഥകൾ പദ്യരൂപത്തിൽ എഴുതുകയായിരുന്നു എന്റെ പ്രധാന സാഹിത്യപരിശ്രമം. നല്ല നല്ല അനേകം പദ്യങ്ങളും ഇതിനിടയിൽ ഞാൻ മനഃപാഠമാക്കിയിട്ടുണ്ടായിരുന്നു. കേരളത്തിലെ പ്രധാന സാഹിത്യകാരന്മാരുടെ പേരുകളും അവരുടെ കൃതികളും എനിക്കു പരിചിതമായിക്കഴിഞ്ഞിരുന്നു. പി കെ കരുണാകരമേനവനും, കെ പി കരുണാകരമേനവനും അക്കാലത്ത് അനേകം ഉത്തമഗ്രന്ഥങ്ങൾ എനിക്കു വായിക്കുവാനായിത്തന്നിട്ടുണ്ട്. അന്നു ഗുരുനാഥനായ മി. കരുണാകരമേനവൻ രാഘവൻ പിള്ളയെ കവി എന്നും എന്നെ കുട്ടിക്കവി എന്നുമാണ് വിളിച്ചിരുന്നത്. രാഘവൻപിള്ളയുമായി ഞാൻ 'ലോഹ്യ'ത്തിലല്ലെങ്കിലും ഞാൻ ഇല്ലാത്ത അവസരങ്ങളിൽ എന്റെ ഡസ്കിന്റെ പുറത്തുനിന്നും കവിതയെഴുതിയിട്ടുള്ള എന്റെ പുസ്തകം സൂത്രത്തിലെടുത്തു അദ്ദേഹം അതിൽ ചില തിരുത്തലുകളെല്ലാം ചെയ്യുക പതിവായിരുന്നു. സത്യം പറഞ്ഞാൽ ഞാനത് ഇഷ്ടപ്പെട്ടിരുന്നില്ല. പക്ഷേ, പ്രതിഷേധം പ്രകടമാക്കുവാനുള്ള ധൈര്യം എനിക്കില്ലായിരുന്നു. കാരണം മുൻപു വിവരിച്ചിട്ടുണ്ടല്ലോ.

(അപൂർണ്ണം)

മാരിവില്ലുമ്മവച്ചാശ്വസിക്കുന്നു ഞാൻ
മായ പുച്ഛിക്കിലും കോൾമയിർക്കൊൾവൂ ഞാൻ
മച്ചേതനതൻ വിഭാവനാവീഥിയിൽ
മത്തടിപ്പൂഭാവഗന്ധർവ്വകന്യകൾ
സ്വർഗ്ഗങ്ങൾ മുന്നിൽ തുറക്കുന്നിതുല്ലസൽ
സ്വപ്നാത്മകങ്ങളക്കാൽച്ചിലമ്പൊച്ചകൾ

(അപൂർണ്ണം)

ചന്ദനവല്ലിയിൽ ചുറ്റിയ കാട്ടുവള്ളിയുടെ പാട്ട്

മമ ഹൃദയ മലരിലെഴും
മധുരമധു നുകരണ്ടേ?
അതിലിയലും ലഹരി പിടി-
ച്ചതിമുദിതം മുരളണ്ടേ?
മുരളണ്ടേ? മുരളണ്ടേ?
വരികെന്റെ വരിവണ്ടേ!
വരയുതയാം വനലത ഞാൻ
വരുവതിനും തടവുണ്ടോ?
അകിൽമരമുണ്ടരികിലവൻ
പകയെഴുവോനറിയാതെ
ചിറകടിതൻ മൃദുരവവു-
മൊരുലവവും കലരാതെ

(അപൂർണ്ണം)

ക്ഷമാപണം

ചങ്ങമ്പുഴ കൃഷ്ണപിള്ള എം എ

ലോകത്തിൽ ഒരു കവിക്കും എനിക്കുണ്ടായിട്ടുള്ളതുപോലെ ദയനീയമായ ഒരു പരിണാമം സംഭവിച്ചിരിക്കുമെന്ന് തോന്നുന്നില്ല. ഒരു കവിയായിത്തീർന്നതിൽ എന്നോളം പശ്ചാത്തപിക്കുന്ന ഒരാൾ ലോകത്തിലെവിടെയെങ്കിലും കാണുമോ എന്നു സംശയമാണ്. കവിത എഴുതുവാൻ ഞാൻ ആരംഭിച്ചത് ഒൻപതുവയസ്സു പ്രായമുള്ള കാലത്തായിരുന്നു. അന്നുമുതൽ-ഇന്നുവരെ-എണ്ണായിരത്തിൽപരം ദിവസങ്ങളിൽ ഒന്നിലെങ്കിലും-എന്റെ തൂലിക അലസമായിരുന്നിട്ടില്ല. എന്നിൽ അന്തർഭവിച്ചിരുന്ന കവിതാവാസന ആദ്യമായി രൂപമെടുത്തത് സതീർത്ഥ്യനുമായുണ്ടായിരുന്ന കലഹത്തിലായിരുന്നു. കലഹത്തിൽ ആരംഭിച്ചതു കലഹത്തിൽ അവസാനിക്കുന്നത് പക്ഷേ, പ്രകൃതിനിയമമമായിരിക്കാം. എന്റെ ജന്മസിദ്ധമായ വാസനാസ്ഫുലിംഗം ആദ്യമായി ഊതി ഉദ്ദീപിപ്പിച്ച മാന്യൻ സാഹിത്യപരിഷത്തിന്റെ ജനയിതാവായ മഹാമഹിമ ശ്രീ ഇടപ്പള്ളി കൃഷ്ണരാജാതിരുമനസ്സിലെ പ്രഥമപുത്രനും, 'ഡാസ്റ്റോവ്സ്കി'യുടെ *കുറ്റവും ശിക്ഷയും* എന്ന വിശ്വോത്തരകൃതിയുടെ പരിഭാഷകനും ആയ ശ്രീമാൻ ഇടപ്പള്ളി പി കെ കരുണാകരമേനവനാണ്. എന്റെ കവിതയ്ക്ക് അദ്ദേഹത്തോടുള്ള കടപ്പാട് അല്പമൊന്നുമല്ല. കൃതജ്ഞതാപൂർവ്വം ഞാനദ്ദേഹത്തെ നമസ്കരിക്കുന്നു.

അവസാനം എഴുതിയ കവിത

ആയുരാരോഗ്യങ്ങളാശീർവദിച്ചു കൊ-
ണ്ടായിരമായിരമെത്തുന്നു കത്തുകൾ
ഓരോ സുഹൃത്തുക്ക, ളജ്ഞാതർ കൂടിയു-
മീരോഗശയ്യയിലെത്തിപ്പു സംഖ്യകൾ.
ആബദ്ധസൗഹൃദമാഗമിപ്പു കനി-
ഞ്ഞാബാലവൃദ്ധമെന്നഭ്യുദയാർത്ഥികൾ
തിങ്ങിത്തുടിപ്പൂ വികാരങ്ങളെൻ ഹൃത്തി-
ലെങ്ങനെ നിങ്ങളോടോതേണ്ടു നന്ദി ഞാൻ?
എതൗഷധത്തിനെക്കാളുമാശ്വാസദം
ചേതസ്സിൽ വീഴുമിസ്സാന്ത്വനാർദ്രാമൃതം.
എത്രയ്ക്കധമനാണെങ്കിലുമെന്നെയെൻ
മിത്രങ്ങൾ നിങ്ങൾ വെടിഞ്ഞീലൊരിക്കലും
ശത്രുവേക്കൂടിയും ബന്ധിപ്പു മൈത്രിയാൽ,
ശപ്തമെൻരോഗം-ചരിതാർത്ഥനാണു ഞാൻ
നാനാരസാകുലം നാളെമജ്ജീവിത-
നാടകത്തിങ്കൽ യവനിക വീഴ്കിലും,
അസ്വസ്ഥചിത്തനായ് ദോഷൈകദൃഷ്ടിയാ-
യസ്തമിച്ചീടാനിടയാക്കിയില്ല നീ!
വീർപ്പിട്ടു കണ്ണീരിൽ മുങ്ങിനിന്നിന്നിതാ
മാപ്പുചോദിപ്പു ഞാൻ നിന്നോടുലോകമേ.

ഒപ്പം തമസ്സും പ്രകാശവുമുൾച്ചേർന്നൊ-
രപ്രമേയാത്ഭുതംതന്നെ നിൻ ഹൃത്തടം!
ചെമ്പനീർപ്പൂക്കൾ വിടരുമതിൽത്തന്നെ
വെമ്പിപ്പുളയ്ക്കുന്നു തേളും പുഴുക്കളും
പുല്ലാങ്കുഴലിനും തോക്കിനും മദ്ധ്യത്തി-
ലുല്ലസിപ്പൂ നീ സഗർവ്വനായ്, സൗമ്യനായ്!
നിന്നെയെമ്മട്ടിലപഗ്രഥിപ്പൂ കഷ്ട-
മെന്നിലുള്ളെന്നെശ്ശരിക്കറിയാത്ത ഞാൻ,
നന്മ നേരുന്നൂ നിനക്കു ഞാൻ-നീയെന്റെ
നന്ദിയും സ്നേഹവും സ്വീകരിക്കണമേ!

“പാട്ടുപാടും പൂങ്കുയിലായ്
നീയണഞ്ഞു മന്നിൽ
പാട്ടുപാടും പൂങ്കുയിലായ്
നീയടിഞ്ഞു മണ്ണിൽ......!”

പ്രധാനപ്പെട്ട മുഖവുരകൾ

രമണന്റെ സമർപ്പണം

സ്മാരകമുദ്ര

ശ്രീമാൻ ഇടപ്പള്ളി രാഘവൻപിള്ള!

ഒരു ഗദ്ഗദസ്വരത്തിലല്ലാതെ 'കൈരളി'ക്ക് ഒരിക്കലും ഉച്ചരിക്കുവാൻ സാധിക്കാത്ത ഒന്നാണ് ആ നാമധേയം!

അസ്സഹനീയമായ അസ്വതന്ത്രതയുടെയും നീറിപ്പിടിക്കുന്ന നിരാശതയുടെയും നടുവിൽപ്പെട്ട്, ഞെങ്ങിഞെരിഞ്ഞു വിങ്ങിവിങ്ങിക്കരയുന്ന ആത്മാഭിമാനത്തിന്റെ ഒരു പര്യായമായിരുന്നു അത്!

ആയിരത്തിഒരുനൂറ്റിപ്പതിനൊന്നാമാണ്ട് മിഥുനമാസം ഇരുപത്തിയൊന്നാം തീയതി ശനിയാഴ്ച രാത്രി കേവലം ആകസ്മികമായി, ആ 'മണിനാദം' ദയനീയമാംവിധം അവസാനിച്ചു!

അന്ധമായ സമുദായം-നിഷ്ഠുരമായ സമുദായം-അദ്ദേഹത്തിന്റെ ചിതാഭസ്മത്തെപ്പോലും ഇതാ, ഇപ്പോഴും അലട്ടിക്കൊണ്ടിരിക്കുന്നു!

പക്ഷേ, ആ പ്രണയഗായകന്റെ ആത്മാവ് ഏതു ഭൗതികാക്രമങ്ങൾക്കും അതീതമായ നിത്യശാന്തിയെ പ്രാപിച്ചുകഴിഞ്ഞു!

ആ ഓമനച്ചങ്ങാതിയുടെ പാവനസ്മരണയ്ക്കായി, അദ്ദേഹത്തിന്റെ ശവകുടീരത്തിനു മുമ്പിൽ ഈ സൗഹൃദോപഹാരം ഞാനിതാ കണ്ണീരോടുകൂടി സമർപ്പിച്ചുകൊള്ളുന്നു.

ചങ്ങമ്പുഴ കൃഷ്ണപിള്ള

സങ്കല്പകാന്തിയുടെ മുഖവുര

പ്രായോഗിക ജീവിതത്തിന്റെ പരുപരുത്തവശങ്ങളുമായി കൂട്ടിമുട്ടി പലപ്പോഴും പരിക്കുപറ്റിയിട്ടുള്ള എന്റെ ഹൃദയം വിശ്രമത്തിന്റെ തണലിലിരുന്നു ചിലപ്പോഴെല്ലാം വീണ വായിക്കാറുണ്ട്. ആ അനുഗൃഹീത നിമിഷങ്ങൾ സദയം സംഭാവനചെയ്ത ഏതാനും പൊൻകിനാവുകളെ അതേപടി പ്രതിഫലിപ്പിക്കുവാനുള്ള എന്റെ പ്രയത്നമാണ്, പ്രിയവായനക്കാരേ, നിങ്ങൾ ഈ ഗ്രന്ഥത്തിൽ ആദ്യന്തം കണ്ടെത്തുക. എന്റെ ശ്രമം വിജയലക്ഷ്മിയുടെ ആശ്ളേഷത്തിൽ പുളകമണിയുന്നുണ്ടെന്ന് എനിക്ക് അഭിമാനമില്ല. എങ്കിലും ഒന്നെനിക്കുറപ്പുണ്ട്-ആത്മാർത്ഥയുടെ അഭാവം അതിനെ അത്രയധികമൊന്നും അലങ്കോലപ്പെടുത്തിയിരിക്കയില്ല.

ആധുനികസാഹിത്യലോകത്തിൽ എന്റെ കവിതയുടെ കരുത്തുകുറഞ്ഞ കാൽവെപ്പുകൾ ചുരുങ്ങിയ ഈ കാലഘട്ടത്തിനുള്ളിൽ പല നിരൂപകകേസരികളുടെയും പ്രചണ്ഡഗർജ്ജനങ്ങൾക്കിടയാക്കിയിട്ടുണ്ടെന്നുള്ള പരമാർത്ഥത്തെ ഞാൻ സന്തോഷപൂർവ്വം സ്മരിക്കുന്നു. മന്ദാക്ഷമധുരമായ ഒരു നേരിയ മന്ദഹാസത്തോടുകൂടി, ആനതാനനയായി കരമുകുളങ്ങൾ അർപ്പിച്ചുകൊണ്ട്, സാഹിത്യക്ഷേത്രത്തിന്റെ ഒരു കോണിൽ ഒതുങ്ങിനില്ക്കുന്ന ആ മുഗ്ദ്ധയെ ഭയപ്പെടുത്തി പലായനംചെയ്യിക്കുവാനാണ് തങ്ങളുടെ അട്ടഹാസങ്ങൾ വിനിയോഗിച്ചിട്ടുള്ളതെങ്കിൽ ആ വിമർശകപഞ്ചാസ്യന്മാർക്കു വലിയ അമളിയാണ് പറ്റിപ്പോയതെന്ന് പറയാതെ നിവൃത്തിയില്ല. അബലയെങ്കിലും അലപംപോലും അധീരയല്ല, എന്റെ കവിതയെന്നു ഞാൻ തികച്ചും അഭിമാനിക്കുന്നു. ഓരോ ഗർജ്ജനം കേൾക്കുമ്പോഴും കാൽ അധികമധികം ഊന്നിച്ചവുട്ടി മുന്നോട്ടുപോവുകയേ അവൾ ചെയ്തിട്ടുള്ളൂ; ഇനി ചെയ്കയുമുള്ളു. പാറപ്പു

റത്ത് കയറിനിന്ന് വികൃതമായ വിശ്വരൂപം കാണിച്ചുകൊണ്ട് ചില പേക്കോലങ്ങൾ അവളുടെനേർക്ക് പലപ്പോഴും പല്ലിളിച്ചുകാട്ടാറുണ്ട്. ആ വക പേക്കൂത്തുകൾ കാണുമ്പോൾ അവളുടെ ഹൃദയത്തിൽ ഒരു പുഞ്ചിരിയേ പൊടിയാറുള്ളൂ. ഏതായാലും, ഇവരുടെ ഉദ്ദേശം എന്തു തന്നെ ആയിരുന്നാലും, അതിൽനിന്നെല്ലാം എന്നെസംബന്ധിച്ചിട ത്തോളം ഉണ്ടായിട്ടുള്ള അനുഭവം മേല്ക്കുമേൽ ഗുണകരമായി പരിണ മിക്കുവാനാണിടനല്കിയിട്ടുള്ളത്. കാവ്യനിർമ്മാണവിഷയത്തിൽ കൂടു തൽ ശ്രദ്ധപതിപ്പിക്കുവാനും അധികമധികം ഉത്സാഹിക്കുവാനും അതെ നിക്കു പ്രേരകമായി ഭവിക്കുന്നു. അതിനാൽ, ഞാൻ എന്റെ നിരൂപകന്മാ രോട് ആജീവനാന്തം കൃതജ്ഞനാണെന്ന് ഈ സന്ദർഭത്തിൽ തുറന്നു പറഞ്ഞുകൊള്ളട്ടെ.

സമുദായത്തിന്റെ പുരോഗതിക്കു സഹായകമായ രീതിയിൽ സാഹി ത്യവ്യാപാരം നിർവ്വഹിക്കുന്നില്ലെന്നുള്ള അപരാധം എന്നിൽ ആരോപിച്ച്, സാഹിത്യസംരംഭങ്ങളിൽനിന്നും ഞാനിനി വിരമിക്കേണ്ടതാണെന്നു പോലും, അടുത്തകാലത്ത്, ഏതോ ഒരു സമാജക്കാർ ഒരു പ്രമേയം പാസാക്കിയിട്ടുള്ളതായി വൃത്താന്തപത്രങ്ങളിൽ കാണുകയുണ്ടായി. സാഹിത്യലോകത്തിൽ 'നടാടെ'യായിക്കേൾക്കുന്ന ഒരു രസംപിടിച്ച പുതുമയാണിത്. തൊഴിലില്ലാത്തവർക്കു തൊഴിലുണ്ടാക്കിക്കൊടുക്കുന്ന സാത്താനോട് നമുക്ക് നന്ദി പറയുക. അടുത്തകാലം വരെ, സാഹിത്യ പരമായ എന്റെ ചപലകേളികൾ ഇത്ര വമ്പിച്ച കൊടുങ്കാറ്റുകളെ ഇളക്കി വിടുമെന്നു ഞാൻ ശങ്കിച്ചിരുന്നില്ല. ഏതായാലും ഈ വക കോലാഹല ങ്ങൾ ശ്രദ്ധേയമായ എന്തോ ചിലത് ആവക ചപലകേളികളിൽ അന്തർ ഭവിച്ചിട്ടുണ്ടെന്ന അനുമാനത്തിലേക്ക് എന്നെ ആനയിക്കുന്നുവെങ്കിൽ, അതിൽ അത്ഭുതപ്പെടാനില്ലല്ലോ. അതിനാൽ സ്വാഭാവികമായി എനിക്കു സിദ്ധമായിട്ടുള്ളതെന്നു ഞാൻ അഭിമാനിക്കുന്ന ആ കൂസലില്ലായ്മയോ ടുകൂടിത്തന്നെ സാഹിത്യക്ഷേത്രത്തിൽ എന്റെ നൂതനസമാഹാരവും ഇതാ, സസന്തോഷം സമർപ്പിച്ചുകൊള്ളുന്നു.

ഭാവാത്മകങ്ങളായ ഗീതങ്ങളാണ് ഈ കൃതിയിൽ അധികഭാഗവും അടങ്ങിയിട്ടുള്ളത്. ഇവയെ ആംഗലസാഹിത്യത്തിൽ 'Lyrics' എന്നറിയ പ്പെടുന്ന കാവ്യവിഭാഗത്തിൽ ഉൾപ്പെടുത്താം. ഗീതികാവ്യങ്ങൾ, അഥവാ സ്വച്ഛന്ദഗീതങ്ങൾ എന്ന ഈ സാഹിത്യശാഖയുടെ സ്വഭാവങ്ങളും പ്രത്യേകതകളും ചുരുങ്ങിയതോതിലെങ്കിലും വിശദമാക്കേണ്ടത് അവ യുടെ പ്രണേതാവെന്നുള്ള നിലയിൽ ഈ സന്ദർഭത്തിൽ എന്റെ കടമ യാണ്. ഇതിലേക്കുദ്യമിക്കുമ്പോൾ കവിത എന്നാൽ എന്തെന്നുള്ള പ്രശ്നത്തെയാണ് ആദ്യമായി അഭിമുഖീകരിക്കേണ്ടിയിരിക്കുന്നത്.

മഹാരഥന്മാരായ പല വിമർശകന്മാരും സാഹിത്യചിന്തകന്മാരും കാവ്യസ്വരൂപത്തെ വിശകലനംചെയ്തും വ്യാഖ്യാനിച്ചും വിവിധാഭിപ്രായ ങ്ങളെ രേഖപ്പെടുത്തിയിട്ടുണ്ട്. ആ സ്ഥിതിക്ക് അഭിനവമായ ഒരു നിർവ്വ ചനംകൊണ്ട് അവഹേളനാസ്പദമായ ഒരന്തരീക്ഷത്തിലേക്കു പ്രവേശി

ക്കാൻ ഔചിത്യബോധം എന്നെ അനുവദിക്കുന്നില്ല. യുക്തിയുടെയും ഭാവനയുടെയും സങ്കലിതമായ ചൈതന്യത്തെ ഉപാധിയാക്കിക്കൊണ്ട് ആനന്ദത്തെ സത്യവുമായി സംഘടിപ്പിക്കുന്ന ഒരു കലയാണ് കവിതയെന്ന് ഡോക്ടർ ജോൺസൺ പ്രസ്താവിക്കുന്നു. ഇതിൽനിന്നും കേവലം വസ്തുസ്ഥിതികഥനം കവിതയാവുകയില്ലെന്നും അചഞ്ചലമായ യുക്തിയും അപ്രതിഹതമായ കല്പനാവൈഭവവും ആകർഷകമായ ചില നിറപ്പകിട്ടുകൾ കൊടുക്കുന്നതുകൊണ്ടാണ് പ്രാകൃതിക വസ്തുക്കളുടെ പ്രതിഫലനങ്ങൾ കലാലോകത്തിൽ അനശ്വരതയിലേക്കാരോഹണം ചെയ്യുന്നതെന്നും വെളിവാകുന്നുണ്ടല്ലോ. പ്രാപഞ്ചികമായ വസ്തുസ്ഥിതിയിൽനിന്നു വ്യതിരിക്തമായിട്ടുള്ള ഒന്നാണ് കലാപരമായ സത്യമെന്നും അതിനെ ആശ്ളേഷിക്കാൻ ക്രാന്തദർശിയായ കവിക്കുമാത്രമേ കഴിവുള്ളുവെന്നും ആ സംരംഭത്തിൽനിന്നു സഞ്ജാതമാകുന്ന ആനന്ദപ്രദാനം കലയുടെ ഒരവിഭാജ്യഘടകമാണെന്നും സിദ്ധിക്കുന്നു. അച്ഛകോമളമായ ഒരു സ്ഫടികശകലത്തിൽ പതിയുന്ന ആദിത്യരശ്മി വിവിധവർണ്ണോജ്ജ്വലങ്ങളായ മയൂഖമാലകളായി രൂപാന്തരപ്പെടുന്നതുപോലെ, പ്രകൃതിയിലെ വസ്തുക്കൾ കവിയുടെ ഭാവനാസമ്പർക്കത്താൽ അഭിനവവും അഭിരാമവുമായ ആകാരവിശേഷങ്ങളെ അവലംബിക്കുകയാണു ചെയ്യുന്നത്. ഏതോ ഒരു ചെടിയിൽ വിടർന്നുനിന്ന് ഒരു ദിവസംകൊണ്ട് വാടിക്കരിഞ്ഞ മണ്ണടിഞ്ഞ ഒരു പുഷ്പം കാവ്യലോകത്തിലേക്കു കടക്കുന്നത് കാലത്തിന്റെ കരുത്തേറിയ കരങ്ങൾക്കുപോലും വിവർണ്ണമാക്കാൻ സാധിക്കാത്ത ഒരു വാടാമലരായിട്ടാണ്. കേവലം വസ്തുസ്ഥിതികഥനം മാത്രമായിരുന്നെങ്കിൽ *വീണപൂവ്* വെറുമൊരു വീണപൂവായിത്തന്നെ ഇരുന്നേനെ. എന്നാൽ മഹാകവിയുടെ മഹനീയമായ ഭാവനാപാടവവും തത്ത്വചിന്തയും ആ വീണപൂവിലൂടെ അഭൗമവും അനന്തവുമായ ഒരു ചൈതന്യമേഖലയെ നമുക്ക് കാണിച്ചുതരികയും നമ്മുടെ ചേതന നിർവ്വാണാത്മകമായ ഒരു സ്വപ്നത്തിൽ അതിന്റെ അസീമവിസ്തൃതിയിലങ്ങനെ ചിറകടിച്ചു വിഹരിക്കുകയും ചെയ്യുന്നു. പ്രാപഞ്ചിക ജീവിതക്ലേശങ്ങളുടെ മുനകൂർത്ത മുള്ളുകളിൽ തറഞ്ഞുവീണ് വിണ്ടുകീറിച്ചോരവാർത്തു പിടയുന്ന മനുഷ്യഹൃദയത്തെ സത്യസുന്ദരമായ ആ സനാതനസാമ്രാജ്യത്തിലേക്ക് ആനയിച്ച്, ജീവിതത്തിന്റെ ക്ഷണപ്രഭാചഞ്ചലതയെയും നിസ്സാരതയെയും ബോധപ്പെടുത്തി, ആത്മീയോൽക്കർഷത്തിനു വഴിതെളിച്ചുകൊണ്ട് അക്ഷയമായ ആനന്ദാസ്വാദനത്തിനു കഴിവുണ്ടാക്കിത്തീർക്കുകയെന്നതാണ് ഏതു കലയുടെയും പരമമായ ധർമ്മം. സൗന്ദര്യാരാധകനായ കലാകരൻ സമുദായപരിഷ്കർത്താവായിക്കൊള്ളണമെന്നു ശാഠ്യം പിടിക്കുന്നതു കേവലം ചില ഭൗതികോപാധികളെ മാത്രം ആധാരമാക്കി കല്ലറകൊണ്ടതിരിട്ടു നിർത്തുന്ന ഒരു ജീവിതത്തെ ലക്ഷ്യമാക്കി സാഹിത്യം പ്രവർത്തിക്കണമെന്നുള്ള പ്രായോഗിക തത്ത്വചിന്തയുടെ ബാലിശപ്രേരണയാലാണ്.

ഷെല്ലിയുടെ ഭാഷയിൽ പറയുകയാണെങ്കിൽ ഭാവനയുടെ പ്രതിഫലനമാണ് കവിത. വികാരങ്ങളുടേയും ഭാവനാശക്തിയുടെയും ഭാഷയാണതെന്നത്രേ ഹാസ്ലിറ്റിന്റെ മതം. താളവും ലയവും സമ്യക്കാകും വണ്ണം മേളിച്ചുകൊണ്ടുള്ള സൗന്ദര്യസൃഷ്ടിയാണ് കവിതയെന്ന് എഡ്ഗർ അല്ലൻപോവും പ്രാപഞ്ചിക സംഗീതം മനുഷ്യഹൃദയത്തിൽ മാറ്റൊലിക്കൊള്ളുന്നതാണ് കവിതയെന്ന് സർ എസ് രാധാകൃഷ്ണനും അഭിപ്രായപ്പെടുന്നു. ഭാവനാത്മകമായ ചിന്തയും വികാരവും ഛന്ദോനിബദ്ധമായ ഭാഷയിൽ സ്വാഭാവികമായും സ്വച്ഛന്ദമായും പ്രതിഫലിപ്പിച്ചുകൊണ്ട് ആനന്ദത്തെ ഉളവാക്കുന്ന ഒരു കലയാണതെന്നത്രേ പ്രൊഫസർ കൂർത്തോപ്പിന്റെ സിദ്ധാന്തം. വികാരാത്മകവും സംഗീതസമ്മിളിതവുമായ ഭാഷയിൽ മനുഷ്യഹൃദയത്തിന്റെ പദാർത്ഥനിബദ്ധവും കലാസുഭവുമായ പ്രകടനമാണ് കവിതയെന്ന് വാട്സ് ഡൺടൺ എന്ന ചിന്തകൻ പറയുന്നു.

മേൽ ഉദ്ധരിച്ച അഭിപ്രായഗതികളെല്ലാം സൂക്ഷ്മമായി പരിശോധിക്കുകയും തമ്മിൽതമ്മിൽ തട്ടിച്ചുനോക്കുകയും ചെയ്യുമ്പോൾ അവയുടെ വൈവിദ്ധ്യവും വൈരുദ്ധ്യവും നമ്മെ ഒട്ടൊന്നമ്പരപ്പിച്ചേക്കാനിടയുണ്ട്. വിഭിന്നങ്ങളായ വീക്ഷണകോണങ്ങളിലൂടെയുള്ള കാവ്യാവലോകനമാണ് ഏവംവിധമുള്ള നിർവ്വചന വൈവിദ്ധ്യത്തിന്നടിസ്ഥാനമെന്നതു സ്പഷ്ടമാണല്ലോ.

ജീവിതത്തിന്റെ ഒരു വ്യാഖ്യാനമോ വിമർശനമോ ആണ് സാഹിത്യമെന്നുള്ള മതത്തിന് സാഹിത്യലോകത്തിൽ മറ്റേതിനേക്കാളും പ്രാമുഖ്യവും പ്രാബല്യവും സിദ്ധിച്ചിട്ടുള്ളതായിക്കാണാം. ഈ അഭിപ്രായത്തെക്കുറിച്ചുള്ള വിമർശനത്തിന് ഈ ചെറുമുഖവുരയിൽ സൗകര്യപ്പെടുന്നതല്ലല്ലോ. സാഹിത്യം ജീവിതത്തിന്റെ വിമർശനമായിരിക്കട്ടെ, അല്ലാതിരിക്കട്ടെ, അതിന്റെ പശ്ചാത്തലം മനുഷ്യജിവിതം തന്നെയാണെന്നുള്ളതിൽ രണ്ടു പക്ഷത്തിനവകാശമുണ്ടെന്നു തോന്നുന്നില്ല. ജീവിതത്തെ അതിന്റെ ഭൗതികപരിധികൾക്കുള്ളിൽമാത്രം അടച്ചൊതുക്കാതെ, ആത്മീയവും ഭാവനാപരവുമായ വ്യാപ്തികളിലേക്ക് അതിനെ വ്യാപരിപ്പിച്ചുകൊണ്ടുള്ള വ്യാഖ്യാനമായിരിക്കണം സാഹിത്യത്തിന്റ സർവ്വപ്രധാനമായ ലക്ഷ്യമെന്നു പ്രത്യേകം ഓർക്കേണ്ടതാണ്.

കവിതയെക്കുറിച്ച് പൊതുവായി ഇത്രയും വിവരിക്കുവാനേ ചെറിയ ഈ ഉപന്യാസത്തിൽ നിവൃത്തിയുള്ളു. ഇനി നമുക്കതിന്റെ വിവിധ ശാഖകളിലേക്കു പ്രവേശിക്കാം. കവിതയെ അതിന്റെ സാർവ്വത്രികമായ ചില ഘടകങ്ങളെ ആസ്പദമാക്കി പാശ്ചാത്യചിന്തകന്മാർ കർത്തൃനിഷ്ഠമെന്നും (Subjective) പദാർത്ഥനിഷ്ഠമെന്നും (Objective) രണ്ടായി വിഭജിച്ചിരിക്കുന്നു. കവി ചിലപ്പോൾ അന്തർമുഖനായി വർത്തിച്ചുകൊണ്ട് സ്വാഭാനുഭവങ്ങളിലും ചിന്തകളിലും വികാരങ്ങളിലും കാവ്യോത്തേജനവും പ്രതിപാദ്യങ്ങളും കണ്ടെത്തുന്നതായും മറ്റു ചിലപ്പോൾ തന്റെ ആത്മീയസത്തയെ ബാഹ്യപ്രപഞ്ചത്തിലേക്ക് വ്യാപരിപ്പിച്ചു ലോക

ത്തിന്റെ വ്യാപാരങ്ങളിലും വികാരങ്ങളിലും അലിഞ്ഞുചേർന്ന് തനിക്കു ദൃശ്യമാകുന്ന സംഗതികളെ അതേപടി, സ്വന്തം വ്യക്തിത്വത്തിന്റെ പാദമുദ്രകൾ അധികമൊന്നും പതിയുവാനിടയാകാതെതന്നെ പ്രതിഫലിപ്പിക്കുന്നതായും കാണാം. ഇവയിൽ ആദ്യത്തെ ഇനത്തിൽപ്പെടുന്ന കവിതയാണ് കർത്തൃപ്രധാനമെന്നോ ആത്മാവിഷ്കരണപരമെന്നോ പറയപ്പെടുന്നത്. രണ്ടാമത്തെ ഇനത്തിൽപ്പെടുന്നതിനു പദാർത്ഥനിഷ്ഠമെന്നോ സൃഷ്ടിപ്രധാനമെന്നോ പേർ പറയുന്നു. ഇവയുടെ മണ്ഡലങ്ങൾക്കു തമ്മിൽ ഒരതിരിടുകയെന്നതു ശ്രമസാദ്ധ്യമല്ലാത്തതിനാൽ ഒന്ന് മറ്റേതിന്റെ സീമാവലയത്തിലേക്കു സംക്രമിക്കുകയും രണ്ടുംകൂടി കെട്ടുപിണഞ്ഞ് അപഗ്രഥനത്തെ അവഹേളിച്ചുകൊണ്ട് അഴിഞ്ഞുപോകാത്ത ഒരാശ്ളേഷബന്ധത്തിൽ അന്യോന്യം താദാത്മ്യം പ്രാപിക്കുകയും ചെയ്യുന്നത് അത്ര അപൂർവ്വമല്ല. രണ്ടിന്റേയും ഘടകങ്ങൾ അനുസ്യൂതമായും അവിഭാജ്യമായും അന്യോന്യം കൂടിച്ചേർന്നു വർത്തിക്കുമ്പോൾ ഓരോന്നും ഇന്ന ഇനത്തിൽ പെടുന്നതാണെന്നു ഖണ്ഡിതമായി പറയുക വിഷമമായിരിക്കും. എന്നാലും അവയുടെ അന്യോന്യമുള്ള വൈജാത്യം അനിഷേദ്ധ്യമായിരിക്കെ, വിഭനോപാധിയായി അതിനെ സ്വീകരിക്കുന്നതിലോ അതിനെ ആധാരമാക്കിക്കൊണ്ട് കവിതയെ തരംതിരിക്കുന്നതിലോ അപാകമുണ്ടെന്നു തോന്നുന്നില്ല.

കഴിഞ്ഞ ഖണ്ഡികയിൽ പ്രസ്താവിച്ച കർത്തൃനിഷ്ഠമായ അഥവാ ആത്മാവിഷ്കരണപരമായ, കാവ്യവിഭാഗത്തിൽ ഉൾപ്പെടുന്ന കവിതകളാണ് ഭാവാത്മകഗീതങ്ങൾ അഥവാ സ്വച്ഛന്ദഗീതങ്ങൾ. ഗീതികാവ്യങ്ങൾ (Lyrics) എന്ന പേരും ഇവയ്ക്ക് അനുയോജ്യമായിരിക്കും. പ്രേമം, ദേശാഭിമാനം, മതപ്രസക്തി ആദിയായി മനുഷ്യനിൽ ഉൾക്കൊള്ളുന്നതും അനന്തസന്താപത്തിലേക്കും, അമേയസന്തുഷ്ടിയിലേക്കും സദാ അവനെ ആനയിച്ചുകൊണ്ടിരിക്കുന്നതുമായ അസംഖ്യം മാനസികഭാവങ്ങളും തജ്ജന്യമായ വികാരവിജൃംഭണങ്ങളും അനുഭവ പരമ്പരകളുമായിരിക്കും ആ ഗീതങ്ങളുടെ പ്രഭവസ്ഥാനം.

ഉത്തമമായ ഒരു ഭാവാത്മകഗീതം അമോഘമായ ഒരു വികാരത്തിന്റെ മൂർത്തീകരണമായിരിക്കും. ആത്മാർത്ഥതയിൽനിന്നുള്ള അതിന്റെ ആവിർഭാവം അകൃത്രിമത്വത്തിന്റെ പരിവേഷത്താൽ ഉദ്ദീപ്തവും, അനുവാചകാവലോകനത്തിനു തികച്ചും ആകർഷകവും ഹൃദയസ്പർശകവുമായിരിക്കും. അതിന്റെ ഭാഷയും അതുൾക്കൊള്ളുന്ന വാങ്മയചിത്രപരമ്പരയും സൗന്ദര്യത്തിന്റെയും സ്പഷ്ടതയുടെയും സാന്നിദ്ധ്യത്തിൽ മാത്രമല്ല, പ്രതിപാദ്യത്തിനും പ്രതിപാദനോപാധിക്കും തമ്മിൽ സകല കലകളിലും അവശ്യം ആവശ്യമായ സമുചിതബന്ധത്താൽക്കൂടി, അഥവാ പൊരുത്തത്താൽക്കൂടി, സമാലംകൃതമായിരിക്കുന്നതാണ്. ഒരു ഭാവത്തിന്റെയോ അനുഭവത്തിന്റെയോ പ്രതിഫലനം വികാരതീക്ഷ്ണതയാൽ നിറംപിടിപ്പിക്കുകയും, ഹൃദയസ്പർശകമാക്കി

ച്ചമയ്ക്കുകയും ചെയ്യുന്നതാണ് കലാപരമായ അതിന്റെ പ്രത്യേക വൈശിഷ്ട്യം.

ഭാവാത്മക കാവ്യശാഖയുടെ ജീവൻ ഏവംവിധം വ്യക്തിത്വത്തെ ആശ്രയിച്ചാണ് സ്ഥിതിചെയ്യുന്നതെങ്കിലും ഇന്നിതുവരെ ലോകത്തിലുണ്ടായിട്ടുള്ള സ്വച്ഛന്ദഗീതങ്ങളിൽ ഭൂരിഭാഗവും കേവലം വ്യക്തിപരമെന്നതിനേക്കാൾ മാനവലോകത്തെ ഒന്നാകെ സമാശ്ലേഷിക്കുന്ന സാർവ്വത്രികഭാവങ്ങളെയാണുൾക്കൊള്ളുന്നതെന്നും, അക്കാരണത്താൽ ഓരോ വായനക്കാരനും സ്വന്തനിലയിൽ പരിപൂർണ്ണനായി ഭാഗഭാക്കാകുവാൻ സാധിക്കുന്ന അനുഭവങ്ങളുടേയും വികാരങ്ങളുടേയും പ്രകാശനമാണ് അവയിൽ കണ്ടെത്തുന്നതെന്നും പ്രത്യേകം പ്രസ്താവിക്കേണ്ടിയിരിക്കുന്നു. അങ്ങനെയുള്ള സന്ദർഭങ്ങളിൽ നമുക്ക് കവിയുടെ സ്ഥാനത്തു നമ്മെ പ്രതിഷ്ഠിക്കേണ്ടതായി വരുന്നില്ല; കാരണം, അദ്ദേഹം നമ്മുടെ സ്ഥാനത്ത് അദ്ദേഹത്തെ പ്രതിഷ്ഠിച്ചിട്ടുണ്ടായിരിക്കുമെന്നുള്ളതാണ്. പോരെങ്കിൽ, വ്യക്തിപരമായിട്ടുള്ളതിനേക്കാൾ സാമൂഹ്യമായിട്ടുള്ള ഗീതികാവ്യങ്ങൾ വിശ്വസാഹിത്യത്തിൽ ഒട്ടധികം ചിരപ്രതിഷ്ഠയായിട്ടുള്ളതായും കാണുന്നു. സാഹിത്യോല്പത്തിയെക്കുറിച്ചുള്ള അന്വേഷണങ്ങളിലേക്കിറങ്ങിച്ചെല്ലുമ്പോൾ, വ്യക്തിയുടേതിനേക്കാൾ ജനസമൂഹത്തിന്റെ വികാരങ്ങൾക്കു ബാഹ്യരൂപം കൊടുക്കുവാനുള്ള അഭിനിവേശത്തിൽ നിന്നാണ് കവിത കിളുർത്തിട്ടുള്ളതെന്ന് അനുമാനിക്കുവാനേ വഴികാണുന്നുള്ളു. കാവ്യമണ്ഡലത്തിൽ ഇന്ന് കവിയുടെ ആത്മാംശത്തിന്റെ ബാഹുല്യവും സാമൂഹ്യാംശത്തിന്റെ വൈരള്യവുമാണ് ദൃശ്യമാകുന്നുത്. ആധുനിക ലോകത്തിൽ വ്യക്തിത്വത്തിന് പരമപ്രധാനമായ സ്ഥാനവും അജയ്യമായ പ്രാബല്യവും സിദ്ധിച്ചിട്ടുള്ളതാണ് ഇതിന് കാരണം. ധ്യാനപരങ്ങളും തത്ത്വതാ പ്രധാനങ്ങളുമായ കാവ്യങ്ങൾ (Meditative and Philosophical Poems), അർച്ചനാലാപങ്ങൾ (Odes) അഥവാ ധർമ്മകീർത്തനങ്ങൾ, വിലാപകാവ്യങ്ങൾ (Elegies) ആദിയായി പല കാവ്യവിഭാഗങ്ങളും ഈ ശാഖയിൽപ്പെടുന്നുണ്ട്.

*സങ്കല്പകാന്തി*യിലെ ഭൂരിഭാഗം കൃതികളും കർത്തൃപധാനങ്ങളാണെന്ന് ആദ്യംതന്നെ സൂചിപ്പിച്ചിട്ടുണ്ടല്ലോ. അവയിൽ 'കാളിദാസൻ', 'പൂനിലാവ്', 'രണാങ്കണത്തിൽ', 'ആദിത്യാരാധന', 'സൗന്ദര്യപൂജ', 'തിരുമുല്ക്കാഴ്ച', 'ഗുരുപൂജ', 'എന്റെ ഗുരുനാഥൻ' എന്നീ കൃതികൾ അർച്ചനാലാപനങ്ങളാണ്. ഈ വിഭാഗത്തിന്റെ സ്വഭാവം അല്പമൊന്നു സൂചിപ്പിക്കാം.

'ഓഡ്' എന്ന് ഇംഗ്ലീഷിൽ പറയപ്പെടുന്ന ഗീതികാവ്യം പ്രൗഢമായ ഒരുതരം ധർമ്മകീർത്തനമാണ്. സംഗീതയന്ത്രങ്ങളുടെ സഹായത്തോടുകൂടി ആലപിക്കപ്പെടുന്നതായിരുന്നു ആദികാലത്ത് ഇതിന്റെ ഉദ്ദേശമെന്നുള്ളതു സ്പഷ്ടമാണ്. ഈ ഗാനവിശേഷത്തിന്റെ പ്രഭവസ്ഥാനം ഗ്രീസാകുന്നു. യവനഗാനത്തിനു പ്രധാനമായി രണ്ടു മഹാവിഭാഗങ്ങളുണ്ട്; ഒന്ന് കവിയുടെ ആത്മപ്രലപനം; മറ്റേത് അദ്ദേഹത്തിന്റെ അനുഗാമികളായ,

സുശിക്ഷിതനൈപുണിയാർജ്ജിച്ചിട്ടുള്ള, നർത്തക സംഘത്തിന്റെ ഒത്തൊരുമിച്ചുള്ള ആലാപം. കാലഗതിയിൽ ഈ രണ്ട് ശാഖയും ഒന്നു പോലെ അർച്ചനാലാപങ്ങളായി പരിണമിക്കുകയാണ് ചെയ്തതെങ്കിലും, അവയ്ക്കു തമ്മിൽ സൂക്ഷമായ ചില വ്യത്യാസങ്ങൾ സ്പഷ്ടമാകുന്നതാണ്. ആദ്യം പറഞ്ഞ കവിയുടെ ആത്മപ്രകാശമാണ്; ആൽകിയസ്, അനാത്രിയോൺ, സാഫോ എന്നിവരുടെ തൂലികകളിലൂടെ ബഹിർഗ്ഗമിച്ച്, ആധുനികപാശ്ചാത്യവിമർശകന്മാർ പറഞ്ഞുവരുന്ന ശുദ്ധവും ലളിതവുമായ ഗീതികാവ്യമായി പരിണമിച്ചത്. നർത്തകന്മാർ ഒന്നു ചേർന്ന് ആലപിക്കുന്ന ഗാനങ്ങളിൽ ഒരു പ്രത്യേകതയുണ്ട്. കവി സ്വന്തമായി നടത്തുന്ന ഭാഷണങ്ങളെ ഈ ഗായകസംഘം പിൻതാങ്ങുകയോ വ്യാഖ്യാനിക്കുകയോ പതിവാണ്; ഈ ഗാനസമ്പ്രദായമാണ് പിന്നീട് ശരിയായ ധർമ്മപ്രവർത്തനമായി പരിണമിച്ചത്. താളലയങ്ങളുടെ സ്വച്ഛന്ദഗതിക്കനുസൃതമായ കലാപരിണാമങ്ങളെ ആശ്രയിച്ച് സന്ധിരൂപത്തിൽ Strophe എന്നു പറയപ്പെടുന്ന ആലാപവൈചിത്ര്യം ആൽക്മാൻ എന്ന കവി ആദ്യമായി ആവക ഗാനങ്ങളിൽ സംഘടിപ്പിച്ചതോടുകൂടി അവയ്ക്ക് ഒരു പുതുമയും കൂടുതൽ ആകർഷകത്വവും ലഭിച്ചു. മാത്രമല്ല, പില്ക്കാലങ്ങളിൽ അത് അർച്ചനാലാപങ്ങളുടെ ഒരവിഭാജ്യഘടകമായിത്തീരുകയും ചെയ്തു. സെക്സിക്കോമ്സ്, ഇലികസ്, സിമോണിഡസ് എന്നിവർ ഈ കാവ്യശാഖയെ സാരമാംവിധം വൈപുല്യപ്പെടുത്തി അവരെത്തുടർന്ന് പിൻഡാർ എന്നും ബാക്കി ലിഡസ് എന്നും പേരായ രണ്ടു മഹാകവികളുടെ ആവിർഭാവം ആ കാവ്യ വിഭാഗത്തിന്റെ അത്ഭുതാവഹമായ വികാസത്തിന് വഴിതെളിച്ചു. ലോകോത്തരങ്ങളായ ധർമ്മകീർത്തനങ്ങളുടെ പ്രണേതാവെന്ന നിലയിൽ പ്രാചീന സാഹിത്യത്തിൽ പിൻഡാറിന് അദ്വിതീയമായ സ്ഥാനമാണ് ലഭിച്ചിട്ടുള്ളത്. കാലക്രമത്തിൽ ഈ ഗാനങ്ങളുടെ സംഗീതാത്മകത്വം അഥവാ ആലാപധർമ്മം ക്ഷയിക്കുവാൻ തുടങ്ങി. സംഗീതോപകരണങ്ങൾ, കുറഞ്ഞ് കുറഞ്ഞ് ഒടുവിൽ ഓടക്കുഴലിന്റെ സഹായം മാത്രം മതി അവ ആലപിക്കപ്പെടുവാനെന്ന നിലയിലെത്തുകയും അതിനുശേഷം അതിന്റെപോലും ആവശ്യമില്ലെന്നു വന്നുകൂടുകയും ചെയ്തു. അങ്ങനെ അർച്ചനാലാപം സംഗീതോപകരണങ്ങളുടെ പിടിയിൽനിന്ന് നിശ്ശേഷം വിമുക്തമായതോടുകൂടി സാഹിത്യാംശത്തിന് അതിൽ സ്വാഭാവികമായി അതികമധികം പ്രവേശം ലഭിച്ചു.

എന്തിനെയെങ്കിലും ചിലപ്പോൾ ആരെയെങ്കിലും അഭിസംബോധനം ചെയ്തുകൊണ്ട്, ഏതാണ്ടൊരു പ്രസംഗരൂപത്തിൽ, സംബോധന ചെയ്യപ്പെടുന്ന വ്യക്തിയുടേയോ വസ്തുവിന്റെയോ മുമ്പിൽ അർച്ചിക്കപ്പെടുന്നതും, ബുദ്ധ്യംശത്തിലും വികാരാംശത്തിലും മറ്റും ഗുരുതരമായ ഗഹനതയോടുകൂടിയതുമായ പ്രൗഢസൂക്തങ്ങളാണ് അവ. സാധാരണയായി അവയിലെ പ്രതിപാദ്യങ്ങളും ഭാവപ്രകാശവും പ്രതിപാദനരീതിയും മഹത്തമങ്ങളായിരിക്കും. അന്തസ്സും ഔന്നത്യവും അവയുടെ സവിശേഷതകളാണ്. സുനിശ്ചിതമായ ഒരു ലക്ഷ്യത്തിലേക്ക് പ്രൗഢ

മായ രീതിയിൽ, ഭാസുരമായ ഒരു ചിന്താമണ്ഡലത്തിലൂടെ പുരോഗമനം ചെയ്യുന്ന കതൂഹലാശ്ളിഷ്ടമായ, അഥവാ നിർവ്വാണതുന്ദിലമായ ഒര വിച്ഛിന്നഭാവാത്മക ഗാനധാരയായിരിക്കും അത്. യുക്തിക്കു വിധേയമായ ഒരു ചിന്താപരിണാമം അതിലാവശ്യമാണ്. ഏതാണ്ടൊരു സങ്കീർണ്ണ തയും വ്യാപകത്വവും ഒഴിച്ചുകൂടാൻ പാടില്ലാത്തതല്ലെങ്കിലും പൊതുവേ ആ വക ഗാനങ്ങളിൽ കാണപ്പെടുന്ന പ്രത്യേകതയാണെന്നു പറയാം. പദ്യാത്മകമായ ഒരുവക പ്രഭാഷണത്വം പലപ്പോഴും അവ ഉൾക്കൊള്ളു ന്നുണ്ടായിരിക്കും. നതോന്നതങ്ങളായ വിവിധമേഖലകളിലൂടെ സ്തോ ഭത്തെ അനുഗമിച്ചുകൊണ്ട്, അന്തർവ്വാഹിയായ ഒരനുസ്യൂതലയ പ്രവാഹം അത്തരം ആലാപങ്ങളെ ആദ്യന്തം ആശ്ളേഷിച്ചുകൊണ്ടി രിക്കും. അവയ്ക്കുതന്നെ ആംഗലസാഹിത്യത്തിൽ പല ഉപശാഖകളും കണ്ടുവരുന്നുണ്ട്. എങ്കിലും സാമാന്യേന ഒരുവിധം താളപ്രധാനമായ ധർമ്മകീർത്തനമാണ് അവയെന്നു സംക്ഷേപമായി പ്രസ്താവിക്കാവു ന്നതാണ്.

അർച്ചനാലാപങ്ങളുടെ സ്വഭാവം ചുരുക്കത്തിൽ വിവരിച്ചുകഴി ഞ്ഞല്ലോ. *സങ്കല്പകാന്തി*യിൽ കാണുന്ന ആ വകുപ്പിൽപ്പെട്ട കവിത കളെ, മേൽ പ്രസ്താവിച്ച ഘടകങ്ങളെ ആസ്പദമാക്കി, നിരൂപണം ചെയ്യേണ്ട ഭാരം വായനക്കാരുടേതാണ്. അതിനാൽ ഇനി മറ്റൊരു കാവ്യ ശാഖയിലേക്ക് കടക്കട്ടെ.

ധ്യാനാത്മകങ്ങളും തത്ത്വചിന്താപരങ്ങളുമായ കാവ്യങ്ങളുടെ (Meditative and Philosophical Poems) വിഭാഗത്തിൽ ഉൾപ്പെടുത്താ വുന്നവയാണ് ഈ കൃതിയിലെ 'ശ്മശാനത്തിൽ', 'മിഥ്യ', 'ആ ഗാനം', 'ചിതറിയ ചിന്തകൾ' എന്നീ കവിതകൾ. ചിന്തയുടെ അംശമാണ് ഈ കാവ്യശാഖയിൽ സർവ്വപ്രധാനമായി സ്ഥിതിചെയ്യുന്നത് വികാരം, സൗന്ദര്യം, അകൃത്രിമത്വം, സ്പഷ്ടത തുടങ്ങിയ മുൻപ്രസ്താവിച്ച ഗുണ ങ്ങൾ ഇവിടേയും ആവശ്യം തന്നെ. അവയ്ക്കുപുറമേ അനുസ്യൂതമായ ഒരു ചിന്താസരണിയെ ഉൾക്കൊള്ളുന്നുവെങ്കിൽ മാത്രമേ ഈ കാവ്യ ശാഖയുടെ സ്വഭാവം പരിപൂർണ്ണമാവുകയുള്ളു. തത്ത്വചിന്തയെ നീര ക്ഷീരന്യായേന കവിതയിൽ കലർത്തുവാനുള്ള കവിയുടെ പാടവത്തെ ആശ്രയിച്ചാണ് അതിന്റെ കലാഭംഗി സ്ഥിതി ചെയ്യുന്നത്. കലാഭംഗിയുടെ അഭാവം ഈ ഇനത്തിൽപ്പെട്ട കൃതികളെ ഒരുവക ശുഷ്കിച്ച നീതിസാര ങ്ങളാക്കിത്തീർക്കുന്നതാണ്. തത്ത്വപ്രതിബിംബനാത്മകങ്ങളായ നീതി കഥകൾ, ഗുപ്താർത്ഥകഥകൾ മുതലായവയും ഈ വകുപ്പിൽ ഉൾപ്പെടു ന്നുണ്ട്. പ്രതിപാദനരീതിയെ ആധാരമാക്കി തരംതിരിച്ചാൽ അവ വസ്തു പ്രധാനമായ കാവ്യശാഖയിലേ ഉൾപ്പെടുകയുള്ളുവെങ്കിലും, തത്ത്വപ്രതി ബിംബനമെന്ന ലക്ഷ്യത്തെ ആസ്പദമാക്കി നോക്കുമ്പോൾ കർത്തൃ പ്രധാനമായ കാവ്യശാഖയിൽത്തന്നെ അവയെ ഉൾപ്പെടുത്തുന്നതിൽ അപാകമില്ല. കവി മിക്കപ്പോഴും ആഖ്യാനപദ്ധതിയെ അവലംബിക്കുന്നത്, അമൂർത്തങ്ങളായ ആശ്രയങ്ങളെ സ്ഥൂലപരൂപങ്ങളിൽ വിവർത്തനം

ചെയ്യുവാനുള്ള സൗകര്യം അതിൽനിന്നു സിദ്ധിക്കുമെന്നുള്ളതിനാലാണ്.

*സങ്കല്പകാന്തി*യിൽ ചേർത്തിട്ടുള്ള ഒരു പ്രധാനകൃതി 'തകർന്ന മുരളി' എന്ന ലഘുവിലാപകാവ്യമാണ്. വിലാപകാവ്യങ്ങളുടെ അസ്തിവാരം വികാരത്തിലും പ്രകടനത്തിലുമുള്ള പരിപൂർണ്ണമായ ആത്മാർത്ഥയാണെന്നു പറയാം. കൃത്രിമത്വത്തിന്റെ ഒരു നേരിയ സമ്പർക്കം മതി, അവയുടെ ജീവൻ പാടേ നശിച്ചുപോകാൻ. വിലാപകാവ്യശാഖയ്ക്കു കാലഗതിയിൽ പലേ ഉൾപ്പിരിവുകളും ഉണ്ടായിട്ടുണ്ടെങ്കിലും അവയിൽ സർവ്വപ്രധാനമായ ഒന്നുരണ്ടു വിഭാഗങ്ങളെക്കുറിച്ച് മാത്രമേ ഇവിടെ സൂചിപ്പിക്കേണ്ടതായിട്ടുള്ളു.

മഹാനായ ഒരു വ്യക്തിയുടെ സ്മാരകമായി, അദ്ദേഹത്തിന്റെ ചരമശേഷം, കവി സമർപ്പിക്കുന്ന സ്നേഹോപഹാരമാണ് വിലാപകാവ്യം. ആ വ്യക്തിയുടെ ജീവിതത്തെക്കുറിച്ചുള്ള ചർച്ച, സ്വഭാവം അവയിൽ ഉദ്ദീപിതമാകുന്ന സ്മൃതിചിത്രങ്ങൾ മുതലായവ വിലാപകാവ്യത്തിൽ ഉണ്ടായിരിക്കുക സാധാരണമാണ്. കീർത്തിക്കപ്പെടുന്ന വ്യക്തി, കവിയുടെ ബന്ധുക്കളിലോ സുഹൃത്തുക്കളിലോ പെട്ട ആരെങ്കിലുമായിക്കൊള്ളണമെന്ന്-പലപ്പോഴും അങ്ങനെയാണ് കണ്ടുവരുന്നതെങ്കിലും- നിർബ്ബന്ധമില്ല. വ്യക്തിപരമായി കവിക്കുള്ള അഭിനിവേശങ്ങളെ പലപ്പോഴും അടക്കിനിർത്തിക്കൊണ്ട്, തത്ത്വചിന്തയ്ക്കു പരമപ്രധാനമായ സ്ഥാനം നല്കുന്ന വിലാപകാവ്യങ്ങളും നിർമ്മിക്കപ്പെടാറുണ്ട്. മഹാനായ ഒരു വ്യക്തിയുടെ വിയോഗം കവിയെ ചിന്താകുലനാക്കുന്നു. ലക്ഷ്യമായി നില്ക്കുന്ന ആ പ്രതിപാദ്യത്തിൽനിന്ന്, ക്രമേണ, കവിയുടെ ചിന്താമണ്ഡലത്തിന്റെ വ്യാപ്തി വർദ്ധിച്ചുവരികയും, തൽഫലമായി ജീവിതം, വിധി, മരണം തുടങ്ങിയ ഗഹനങ്ങളും സാർവ്വത്രികങ്ങളുമായ വിവിധ പ്രശ്നങ്ങളിലേക്ക് സംക്രമിക്കുകയും ചെയ്യുന്നു. മഹാകവി കുമാരനാശന്റെ 'പ്രരോദന'മെന്ന വിലാപകാവ്യം ഇതിനു മകുടോദാഹരണമാണ്.

മേൽപ്രസ്താവിച്ച സ്വഭാവങ്ങൾ എല്ലാംതന്നെ കൂടിക്കലർന്നുകൊണ്ടുള്ള ഒരു സങ്കരസ്വഭാവമാണ് മറ്റു ചില വിലാപകാവ്യങ്ങളിൽ പ്രത്യക്ഷപ്പെടുന്നത്. കണ്ണുനീർത്തുള്ളി ഇതിനു ദൃഷ്ടാന്തമായി സ്വീകരിക്കാം. മിസ്റ്റർ നാലപ്പാട്ടു നാരായണമേനവന്റെ ആത്മപ്രേയസിയുടെ അകാലവിയോഗമാണല്ലോ ആ ഉൽക്കൃഷ്ടവിലാപ കാവ്യത്തിന്റെ അടിസ്ഥാനം. കവിയുടെ വ്യക്ത്യംശത്തിന് ഇതിലുള്ള പ്രാധാന്യത്തെക്കുറിച്ച് പിന്നെ ഒന്നുംതന്നെ പ്രസ്താവിക്കേണ്ടതായിട്ടില്ല. എന്നാൽ തത്ത്വചിന്തയുടെ അവതരണത്തിനും കുറച്ചൊന്നുമല്ല കവി തന്റെ കാവ്യത്തിൽ ഇടംകൊടുത്തിട്ടുള്ളതെന്നു കാണാം.

'തകർന്ന മുരളി' എന്ന പദ്യം മുൻപ്രസ്താവിച്ച വിലാപകാവ്യങ്ങളുടെ കൂട്ടത്തിൽ ഒന്നാമത്തെ വിഭാഗത്തിലാണുൾപ്പെടുന്നത്. തത്ത്വചിന്തയ്ക്കും മറ്റും അതിൽ വലിയ സ്ഥാനമൊന്നും കൊടുത്തിട്ടില്ല.

ശ്രീമാൻ ഇടപ്പള്ളി രാഘവൻപിള്ളയുടെ അകാലവിയോഗത്തിൽ അദ്ദേഹത്തിന്റെ ആത്മസുഹൃത്തായി വർത്തിച്ചിരുന്ന എനിക്കുണ്ടായ ശോകപരിപൂരിതമായ വികാരങ്ങളെ അതേപടി പ്രതിഫലിപ്പിക്കുക മാത്രമാണ് അതിൽ ചെയ്തിട്ടുള്ളത്. പിന്നീട് ഞാൻ *രമണൻ* എന്ന പേരിൽ ഒരു ഗ്രാമീണവിലാപകാവ്യം ആ വിഷയത്തെ ആധാരമാക്കിത്തന്നെ നിർമ്മിക്കുകയുണ്ടായി. വിലാപകാവ്യങ്ങളുടെ വിഭാഗത്തിൽ ഏറ്റവും പ്രധാനമായിട്ടുള്ള ഒന്നാണ് ഗ്രാമീണവിലാപകാവ്യം (Pastoral Elegy). ഇതിനെക്കുറിച്ച് സവിസ്തരം പ്രതിപാദിക്കേണ്ടതായിട്ടുണ്ട്. ഈ മുഖവുരയിൽ അതിനു സൗകര്യമില്ലാത്തതിനാൽ അതിലേക്ക് ഉദ്യമിക്കുന്നില്ല.

വസ്തുപ്രധാനമായ ഏതാനും കൃതികളും *സങ്കല്പകാന്തി*യിൽ ഇല്ലാതില്ല. ഈ കാവ്യശാഖയെ ആഖ്യാനപരമെന്നും നാടകീയമെന്നും രണ്ടായി തരംതിരിക്കാം. *വനദേവത* എന്ന കൃതിയിൽ ഈ രണ്ടു സ്വഭാവങ്ങളും ഇടകർന്നിട്ടുണ്ടെങ്കിലും, അതിന്റെ ഘടനയിൽ നാടകീയമായ അംശത്തിനാണ് പ്രാധാന്യമുള്ളത്. ആദർശാത്മകമായ യഥാതഥപ്രസ്ഥാനത്തിൽ (Idealistic Realism) ഉൾപ്പെടുത്താവുന്ന ഒരു കൃതിയാണ്. 'വനദേവത', 'വൃന്ദാവനം', 'വെറും സ്വപ്നം', 'ഉദ്യാനത്തിലെ ഊഞ്ഞാലാട്ടം', 'രൂപാന്തരം' മുതലായവ വർണ്ണനാപ്രധാനങ്ങളായ കൃതികളാണ്. തന്മൂലം അവയിൽ വ്യക്ത്യംശത്തിന്റെ സംക്രമണം അത്ര വിരളമൊന്നുമല്ല. എന്നിരുന്നാലും ആഖ്യാനരൂപത്തിലുള്ള പ്രതിപാദനംമൂലം വസ്തുപ്രധാനകൃതികളായി അവയെ പരിഗണിക്കുന്നതാണ് അധികം യുക്തമെന്നു തോന്നുന്നു.

'വൃന്ദാവനത്തിലെ രാധ'യും 'ആ കാലങ്ങ'ളും നാടകീയ സ്വഗതങ്ങളാണ് (Dramatic Monologue). എന്നാൽ 'വൃന്ദാവനത്തിലെ രാധ'യെ Monologue എന്ന സ്വഗതാഖ്യാനത്തിൽ ഉൾപ്പെടുത്തുന്നതിനേക്കാൾ Soliloquy എന്ന് ഇംഗ്ലീഷിൽ പറയപ്പെടുന്ന ആത്മഗതകാവ്യത്തിൽ ചേർക്കുന്നതാണ് ഉത്തമം. ഇവയ്ക്കു രണ്ടിനും തമ്മിൽ അല്പം അന്തരമില്ലാതില്ല. 'നാടകീയസ്വയംഭാഷണ'മെന്ന കാവ്യവിഭാഗത്തിൽ വക്താവ് ഏതെങ്കിലുമൊരു ശ്രോതാവിനെയോ ഒന്നിലധികം ശ്രോതാക്കളെയോ അഭിസംബോധന ചെയ്തുകൊണ്ടാണ് ഭാഷണം നിർവ്വഹിക്കുന്നത്. എന്നാൽ ആത്മഗതകാവ്യത്തിലാകട്ടെ, ശ്രോതാവിന്റെ ആവശ്യമില്ല. വക്താവ് തന്നോടുതന്നെ പറയുകയാണ് ആത്മഗതകാവ്യത്തിലെ രീതി.

'രാഗഭിക്ഷുണി', 'വിശുദ്ധരശ്മി', 'ലതാഗീതം' തുടങ്ങിയവ കർത്തൃപ്രധാനങ്ങളായ പ്രേമഗാനങ്ങളാണ്. പദാർത്ഥനിഷ്ഠമെന്ന കാവ്യശാഖയിൽ ഉൾപ്പെടുന്ന കൃതികളിലും കവിയുടെ വ്യക്ത്യംശം ഏറക്കുറെ കടന്നുകൂടിയിട്ടുള്ളതായിക്കാണാം. ഇത് ആ വക കൃതികളുടെ സാരമായ ന്യൂനതയായി കണക്കാക്കാമോ എന്ന കാര്യം സംശയമാണ്. പ്രതിപാദ്യവസ്തുവിനോടുള്ള ഉൽക്കടമായ അഭിനിവേശംമൂലം കവിയുടെ

വ്യക്തിചൈതന്യം അതിലൂടെ പ്രതിഫലിതമാകുന്നെങ്കിൽ അത് അസ്വ ഭാവികമാണെന്നു പറയാവുന്നതല്ലല്ലോ.

ഗീതികാവ്യങ്ങളെക്കുറിച്ച് ലഘുവിമർശനരൂപത്തിലുള്ള ഈ മുഖവുരയുടെ നിർമ്മാണത്തിൽ സ്റ്റേപ്ഫോഡ് ബ്രൂക്ക്, ആബർ ക്രോംബി, ഹഡ്സൺ, എഡ്മൺഡ് ഗുഡ്, സെയിന്റ്സ്ബറി, മാത്യു ആർനോൾഡ്, ലേയ്ഹൺട് തുടങ്ങിയ പാശ്ചാത്യവിമർശകന്മാരോടു ഞാൻ അത്യധികം കടപ്പെട്ടിട്ടുണ്ട്.

ഇക്കഴിഞ്ഞ ഏഴുകൊല്ലത്തെ എന്റെ സാഹിത്യജീവിതത്തിൽ എന്റെ പദ്യകൃതികളുടെ സമാഹാരങ്ങളായി പലേ ഗ്രന്ഥങ്ങളും പ്രകാ ശിതങ്ങളായിട്ടുണ്ടെങ്കിലും എനിക്കു പ്രത്യേകമൊരു 'മമത' തോന്നിയി ട്ടുള്ളത് ഈ നൂതന പ്രസിദ്ധീകരണത്തോടാണെന്നു തുറന്നുപറഞ്ഞു കൊള്ളട്ടെ. ഇതിലടങ്ങിയിട്ടുള്ള കവിതകളുടെ മെച്ചംകൊണ്ടല്ല, നേരെ മറിച്ച് നിസ്സാരങ്ങളെങ്കിലും അകൈതവാത്മപ്രകടനപരങ്ങളായ അവയെ ഞാൻ മനസ്സാ നിത്യവും ആരാധിക്കുന്ന ഒരു മഹാത്മാവിന്റെ പാദങ്ങ ളിൽ സമർപ്പണം ചെയ്യുവാനുള്ള ഭാഗ്യസിദ്ധികൊണ്ടാണ് ആ തോന്നൽ എനിക്കുണ്ടായിട്ടുള്ളതെന്നു പ്രത്യേകം പ്രസ്താവിക്കേണ്ടിയിരിക്കുന്നു. സൗഭാഗ്യത്തിന്റെ സമുന്നതസോപാനത്തിൽ സമുല്ലസിക്കുന്ന ക്യാപ്റ്റൻ വി പി തമ്പി അവർകളുടെ ഔദാര്യത്തിന്റെ തണലിലാണ് എന്റെ വിദ്യാർത്ഥിജീവിതം പുഷ്പിച്ചിട്ടുള്ളത്. അദ്ദേഹത്തിന് എന്നോടുള്ള അതിരറ്റ വാത്സല്യവും ഔദാര്യവും പലപ്പോഴും എന്നെ പുളകംകൊള്ളി ച്ചിട്ടുണ്ട്. അദ്ദേഹം സദയം എനിക്ക് നല്കുന്ന പ്രോത്സാഹനങ്ങൾക്കും സഹായങ്ങൾക്കും കൃതജ്ഞതാപരിപൂർണ്ണമായ എന്റെ ഹൃദയം മാത്രമേ എനിക്ക് ആ പാവനപാദങ്ങളിൽ ഉപഹാരമായി അർപ്പിക്കു വാനുള്ളു.

മഹാഭാഗയായ കൈരളിയോടു മുകുളിതകരങ്ങളോടെ ഞാനി ങ്ങനെ പ്രാർത്ഥിക്കട്ടെ:-

അംബികേ, കൈരളീ, അവിടുത്തെ പാദസേവകന്മാരിൽ ഏറ്റവും നിസ്സാരനായ ഒരുവനാണ് ഞാൻ. കടന്നുപോകുവാനിരിക്കുന്ന വിദൂര ശതാബ്ദങ്ങളുടെ സന്നിധിയിലേക്ക് എന്റെ നേരിയ ഗാനത്തിന്റെ ഒരു മൃദുലവീചികയെങ്കിലും എത്തിച്ചേരുമെന്ന വിശ്വാസമോ അഭിമാനമോ എനിക്കില്ല. എങ്കിലും ഇന്ന് എന്റെ അരികെ നിന്നു കൊഞ്ഞനംകുത്തുന്ന ഹൃദയശൂന്യന്റെ നിഴൽ കാലം മായ്ച്ചുകളയുമ്പോൾ ആ സ്ഥാനത്തേക്കു പ്രവേശിക്കുന്ന നാളത്തെ സഹോദരൻ തീർച്ചയായും എന്നോടു സഹ താപമുള്ളവനായിരിക്കും. മണ്ണടിഞ്ഞുകിടക്കുന്ന എന്റെ അസ്ഥിശകല ങ്ങൾക്കു മുകളിലൂടെ മഞ്ഞിൽകുതിർന്നും വെയിലിൽ വിയർത്തും മഴയിൽ കുളിർത്തും ദിനരാത്രങ്ങൾ ഓരോന്നോരോന്നായിക്കടന്നുപോയ് ക്കൊണ്ടിരിക്കെ ആ സഹോദരന്റെ സഹതാപസാന്ദ്രമായ ആഹ്വാനം ഇരുളടഞ്ഞ എന്റെ ശവകുടീരത്തിൽ എത്തിച്ചേരും. ആ സഹോദരനോട് എനിക്കൊരൊറ്റ അപേക്ഷയേ ഉള്ളു. അതിതാണ്: എന്റെ സമസ്

തോൽക്കർഷങ്ങൾക്കും കാരണഭൂതനായ ആ വന്ദ്യപുരുഷന്റെ-ക്യാപ്റ്റൻ വി പി തമ്പിയുടെ-ഔദാര്യസ്മൃതിയുടെ മുൻപിൽ ഒരു കൂപ്പുകൈ അർപ്പിച്ചിട്ടുവേണമേ എന്റെ ശവകുടീരത്തിനുനേരെ അനുകമ്പാപൂർണ്ണമായ കണ്ണയയ്ക്കാൻ!-അംബികേ, കൈരളീ, അഞ്ജലീബദ്ധനായ ഈ വിനീത സേവകനെ ഭവതി വെറുക്കരുതേ!-

ഈ ഗ്രന്ഥത്തിന്റെ പ്രകാശനം സദയം ഏറ്റെടുത്ത മംഗളോദയം പ്രവർത്തകന്മാരോടും പല ജോലിത്തിരക്കുകൾക്കിടയിൽ, എന്നോടുള്ള വാത്സല്യാതിരേകത്താൽ, ഈ ഗ്രന്ഥം പരിശോധിച്ചുനോക്കുവാനും വിലയേറിയ ഒരവതാരിക എഴുതിത്തരുവാനും കാരുണ്യമുണ്ടായ അഭിവന്ദ്യ മഹാകവിയോടും എനിക്കുള്ള അകൈതവമായ കൃതജ്ഞതയെ ഇവിടെ രേഖപ്പെടുത്തിക്കൊള്ളുന്നു.

പ്രിയവായനക്കാരെ, നിങ്ങൾക്കു കൂപ്പുകൈ!

30-12-1941 ചങ്ങമ്പുഴ കൃഷ്ണപിള്ള

മോഹിനി

മനശ്ശാസ്ത്രപണ്ഡിതന്മാരുടെ അത്ഭുതാവഹമായ അപഗ്രഥനപാടവത്തെ കൊഞ്ഞനംകുത്തിക്കൊണ്ടു നില്ക്കുന്ന ഒന്നാണ് മനുഷ്യഹൃദയം. വൈചിത്ര്യങ്ങളും വൈവിദ്ധ്യങ്ങളും കെട്ടുപിണഞ്ഞു വിശകലന സാദ്ധ്യതയെ വെല്ലുവിളിച്ചുകൊണ്ടാണ് ഇന്നും അജയ്യഭാവത്തിൽ അതു നിലകൊള്ളുന്നത്. അടുത്തകാലങ്ങളിൽ ശാസ്ത്രത്തിന്റെ വെളിച്ചം അകത്തുകടക്കാൻ തുടങ്ങിയതോടുകൂടി സുസൂക്ഷ്മങ്ങളായ ഭാവകോടികളുടെ സങ്കീർണ്ണതയെ ആവരണം ചെയ്തുകൊണ്ടിരുന്ന അന്ധകാരപടലം അല്പാല്പമായി നീങ്ങിത്തുടങ്ങിയിട്ടുണ്ടെങ്കിലും, അവയുടെ വ്യാപ്തിയും വൈവിദ്ധ്യവും ഇന്നും ദുരൂഹമായി വർത്തിക്കുന്നതേയുള്ളൂ.

ഈ ലോകത്തിൽ ജീവിക്കുന്ന സകലമനുഷ്യരും ബാഹ്യമായ ആകാരഘടനയിലെന്നപോലെത്തന്നെ ആന്തരമായ സ്വഭാവഘടനയിലും ഒന്നിനൊന്നു വ്യത്യാസപ്പെട്ടാണിരിക്കുന്നത്. ഒറ്റനോട്ടത്തിൽ യാതൊരു വ്യത്യാസവും തോന്നിക്കാത്ത ഇരട്ടപെറ്റ രണ്ടുകുട്ടികൾക്കുപോലും സൂക്ഷ്മനിരീക്ഷണത്തിൽ സാരമായ പലേ വ്യത്യാസങ്ങളും ഉള്ളതായിക്കാണാം. ശാരീരികഘടനയിൽ പ്രത്യക്ഷപ്പെടുന്ന ഈ വൈചിത്ര്യത്തിന്റെ വ്യാപ്തി മാനസികഘടനയിൽ അസീമവും അമേയവുമായി നിലകൊള്ളുന്നു. നിയതികൃതനിയമരഹിതമാണ് മനുഷ്യന്റെ ഹൃദയവ്യാപാരങ്ങൾ. അനന്തമായ ആഴിപ്പരപ്പിലെ അലമാലകളുടെ ആന്ദോളനങ്ങൾപോലെയാണ് അവയുടെ ഗതിവൈചിത്ര്യം. സകലമനുഷ്യരിലും ഒന്നുപോലെ ചില സമാനഭാവങ്ങൾ പ്രത്യക്ഷപ്പെടുന്നില്ലെന്നില്ല. എങ്കിലും അവയ്ക്കുപോലും സൂക്ഷ്മമായ വിശകലനത്തിൽ വ്യക്തികളെ ആശ്രയിച്ച് അല്പാല്പമായ അന്തരം കണ്ടുവരുന്നുണ്ട്.

ഈ കൃതിയിലെ നായകനായ 'സോമശേഖരൻ' ഒരു വിചിത്ര മനോഭാവത്തോടുകൂടിയവനാണ്. അവന്റെ സ്ഥാനത്ത് സാധാരണക്കാരനായ ഒരു കാമുകനായിരുന്നുവെങ്കിൽ സുശീലയും സുന്ദരിയും സ്നേഹസമ്പന്നയുമായ മോഹിനിയുടെ പരിശുദ്ധജീവിതം ഇങ്ങനെ ദാരുണമായ ഒരു ദുരന്തത്തെ പ്രാപിക്കുമായിരുന്നില്ല. അവന്റെ ഹൃദയം തികച്ചും പ്രേമസമ്പൂർണ്ണമാണ്; അതിനെ വിശകലനംചെയ്യുമ്പോൾ സൂക്ഷ്മങ്ങളായ അനവധിഭാവങ്ങൾ പ്രത്യക്ഷപ്പെടുന്നുണ്ടെങ്കിലും അവയ്ക്കെല്ലാംമീതെ നമ്മുടെ ശ്രദ്ധയെ ഒന്നോടാകർഷിച്ചടക്കി നിർത്തുവാൻ കരുത്തുള്ള കേന്ദ്രത്തോടുകൂടിയ ഒരു 'പ്രത്യേകഭാവം' നാം കണ്ടെത്തുന്നു. അതിൽനിന്നുറവെടുക്കുന്ന ഒരു വിചിത്രമായ ചിന്താവൈകൃതമാണ് അവന്റെ പൈശാചികപ്രവൃത്തിക്കു നിദാനമായി നിലകൊള്ളുന്നത്.

മനുഷ്യരാശിയിൽ സാഡിസം, മസോക്കിസം, പിഗ്മാലിയാനിസം എന്നിങ്ങനെ മൂന്നുവിധത്തിലുള്ള സ്വഭാവവൈകൃതങ്ങൾ സ്ഥിതിചെയ്യുന്നതായി മനശ്ശാസ്ത്രപണ്ഡിതന്മാരും ലൈംഗികശാസ്ത്രവിദഗ്ദ്ധന്മാരും ഉദ്ഘോഷിക്കുന്നു. എല്ലാ മനുഷ്യരുടെയും മാനസികമണ്ഡലത്തിൽ ഈ മൂന്ന് സ്വഭാവങ്ങളും അല്പാല്പമായിട്ടെങ്കിലും കലർന്നിരിക്കും. പക്ഷേ, അസംഖ്യങ്ങളായ ഇതരഭാവങ്ങളുമായി കെട്ടുപിണഞ്ഞു കിടക്കുന്നതിനാൽ അവ പ്രത്യേകം ശ്രദ്ധേയമായിത്തീരുന്നില്ല. എന്നാൽ അപൂർവ്വം ചില വ്യക്തികളിൽ ഇവയിലേതെങ്കിലും ഒന്ന് അനിയന്ത്രിതമായി വളർന്നുവന്നുവെന്നു വരാം. അങ്ങനെ പരിപുഷ്ടമായി പരിണമിക്കുമ്പോഴാണ് അതു നമ്മുടെ ശ്രദ്ധയിൽപ്പെടുന്നത്.

ദ്രോഹപ്രവൃത്തിയിൽനിന്നും സഞ്ജാതമാകുന്ന സന്തോഷം സാഡിസത്തിന്റെ സന്താനമാണ്. മറ്റുള്ളവരെ വേദനിപ്പിക്കുന്നതിൽ ആനന്ദം അനുഭവിക്കുന്ന ചില വ്യക്തികളുണ്ട്. രക്തം കണ്ടാൽ മൂർച്ഛിച്ചു വീഴുന്നവരെയും രക്തം ചൊരിയുന്നതിൽ പ്രത്യേകതാല്പര്യത്തോടുകൂടിയവരെയും നാം കാണുന്നില്ലേ? യഥാർത്ഥമാലോചിച്ചാൽ നൈസർഗ്ഗികമായി നമ്മിൽ ഉൾച്ചേർന്നിരിക്കുന്ന ഒരു സവിശേഷതയാണിതെന്നു കാണാം. ഈച്ച, ഉറുമ്പ് മുതലായ സാധുപ്രാണികളെ അടിച്ചുകൊല്ലുന്നതിൽ കൊച്ചുകുട്ടികൾ ആവേശപൂർണ്ണമായ ഒരാനന്ദം അനുഭവിക്കുന്നതായിക്കാണുന്നില്ലേ? എവിടെയെങ്കിലുംവെച്ച് ഒരു പട്ടിയെ കണ്ടാൽ കല്ലെടുത്തൊന്നെറിയാത്ത ഒരു ബാലനെ എവിടെക്കാണുവാൻ കഴിയും? അതിൽ ഒരു രസമുണ്ട്; ആ പൈശാചികമായ രസാനുഭവത്തിനു പ്രേരകമായി നില്ക്കുന്ന നൈസർഗ്ഗികഭാവം, പില്ക്കാലങ്ങളിൽ, വിദ്യാഭ്യാസംകൊണ്ടും മറ്റും സിദ്ധമാകുന്ന സംസ്കാരത്താൽ നാം അറിയാതെതന്നെ നിർവ്വഹിക്കപ്പെടുന്നുവെന്നേയുള്ളൂ. ലോകത്തിന്റെ ശൈശവദശയിൽ, ഹിംസ്രജന്തുക്കളുമായി മുഷ്ടിയുദ്ധംചെയ്തു വിദലിതശരീരരായി രക്തക്കളത്തിൽ തളർന്നുവീണു കൈകാലടിച്ചു പിടയുന്ന

നിസ്സഹായരായ അടിമകളുടെ പ്രാണവേദനയിൽ ആത്മാനുഭൂതി അനുഭവിച്ചിരുന്ന റോമൻചക്രവർത്തികളുടെയും രാജ്യവാസികളുടെയും ആ പൈശാചികമനോവൃത്തി ചരിത്രം നമ്മെ കാണിച്ചുതരുന്നില്ലേ? കോഴിപ്പോർ മുതലായ വേതാളകേളികളിൽ ഇന്നും എത്രയെത്ര മനുഷ്യഹൃദയങ്ങൾ ആനന്ദനൃത്തം ചെയ്യുന്നു.

വേദനയനുഭവിക്കുന്നതിൽ സംതൃപ്തിയുൾക്കൊള്ളുന്നവരുണ്ട്. അവരാണ് മസോക്കിസ്റ്റ്സ്. പരസ്പരം കണക്കിലേറെ കലഹിച്ചു 'കണ്ണീരും കൈയു'മായി കഴിഞ്ഞുകൂടുവാൻ എങ്ങനെയെങ്കിലും സാദ്ധ്യമാകാതെ വന്നുകൂടുന്ന ദിവസങ്ങളിൽ അനിർവാച്യമായ ഒരസുഖം അനുഭവിക്കുന്ന പല ദമ്പതിമാരെയും എനിക്കറിയാം. സാഡിസത്തിനു നേരെ വിരുദ്ധമായിട്ടുള്ളതാണ് മസോക്കിസം. മർദ്ദിക്കുന്നതിലല്ല മർദ്ദിക്കപ്പെടുന്നതിലാണ്, മറ്റുള്ളവരുടെ വേദനയിലല്ല സ്വന്തം വേദനയിലാണ്, ഇക്കൂട്ടർക്ക് ആനന്ദം.

സ്ത്രീരൂപത്തിലുള്ള ശിലാദിവിഗ്രഹങ്ങളിൽ ലൈംഗികമായ ഉൽക്കടാഭിനിവേശം ഉൾക്കൊള്ളുന്നതാണ് പിഗ്മാലിയാനിസം. യഥാർത്ഥമാലോചിച്ചാൽ കലാസ്വാദനത്തിനും ലൈംഗികജീവിതത്തിനും തമ്മിൽ വലിയ ഒരു ബന്ധമുണ്ടെന്നുകാണാം. മാനസികഘടനയിൽ പിഗ്മാലിയാനിസം എന്ന അംശമാണ് കലാബോധത്തിന്റെ അസ്തിവാരമായി നിലകൊള്ളുന്നത്. കാമവികാരത്തിനു കാരണമായ 'ലിബിഡോ' കലാകാരന്മാരിൽ കണക്കിലേറെ കലർന്നിരിക്കും. കവികളുടെയോ ഗായകന്മാരുടെയോ ചിത്രകാരന്മാരുടെയോ ശില്പികളുടെയോ ജീവചരിത്രം പരിശോധിച്ചു നോക്കിയാൽ, ലൈംഗികജീവിതത്തിനും കലാബോധത്തിനും തമ്മിൽ അഭേദ്യമായ ബന്ധമുണ്ടെന്നുള്ള ശാസ്ത്രത്തിന്റെ വാദം തികച്ചും പരമാർത്ഥമാണെന്നു വെളിപ്പെടും. വിശ്വവിഖ്യാതരായ കലാകാരന്മാരിൽ ഭൂരിഭാഗവും സദാചാരത്തിന്റെ നിയമസീമയെ അതിലംഘിച്ചു കാമാത്മകങ്ങളായ ആനന്ദാനുഭൂതികളുടെ അങ്കതലത്തിൽ സ്വച്ഛന്ദവിഹാരം ചെയ്തിരുന്നവരാണെന്നു കാണാം.

പരമാർത്ഥങ്ങളെ മനുഷ്യൻ ഇഷ്ടപ്പെടുന്നില്ല. എന്തുകൊണ്ടെന്നാൽ അവ അവനെ അവനായിത്തന്നെ ലോകസമക്ഷം പ്രദർശിപ്പിക്കുന്നു. സദാചാരവിധികളുടെ മറവിൽ പതുങ്ങിനിന്നുകൊണ്ട് ആത്മവഞ്ചന ചെയ്യുന്നതാണ് ആ ഭീരുവിനിഷ്ടം. ശാസ്ത്രത്തിന്റെ നേരെ പൗരോഹിത്യത്തിന്റെ വെളിപാടുകൾക്കെല്ലാം അതാണല്ലോ കാരണം. ഈ കേരളത്തിൽത്തന്നെ, അടുത്തകാലത്ത്, വെണ്മണിമഹാമഹത്തിൽ, മഹാകവി വള്ളത്തോൾ ചെയ്ത പ്രസംഗത്തിൽ, കവികളുടെ സദാചാരബോധത്തെക്കുറിച്ചുണ്ടായ ചില സൂചനകൾ പത്രലോകത്തിൽ ഏറ്റവും അരിശംകൊള്ളിച്ചത് *സത്യനാദത്തെ*യാണെന്നുള്ള കാര്യം ഒരിക്കലും മറക്കത്തക്കതല്ല. കാമവികാരം കണക്കിലേറെയുണ്ടായാൽ കവിയോ

കലാകാരനോ ആയിത്തീരുകയില്ലെങ്കിലും കവിയിലും കലാകാരനിലും മറ്റുള്ളവരിലേറെ കാമവികാരം കലർന്നിരിക്കുമെന്നുള്ളതു വെറും പരമാർത്ഥമാണ്. സ്ത്രീവിമുഖരായ കലാസ്വാദനലോലുപന്മാരുടെ സംഖ്യ വളരെ കുറവായിരിക്കുമെന്നു സമ്മതിക്കാതെ നിവൃത്തിയില്ല. ശുഷ്കിച്ച സദാചാര തത്ത്വങ്ങളെ ആത്മവഞ്ചനയ്ക്ക് ഊന്നുവടിയായെടുക്കാതെ, നിഷ്പക്ഷമായി ചിന്തിച്ചുനോക്കിയാൽ-കലയെ ശാസ്ത്രത്തിന്റെ വെളിച്ചത്തിലേക്കു നീക്കി നിർത്തി അതിന്റെ അടിയിലേക്കു ചുഴിഞ്ഞിറങ്ങിച്ചെന്നാൽ-കലയുടെ ബീജം കാമവികാരത്തിൽ സ്ഥിതിചെയ്യുന്നതായിക്കാണാം. തോജോമയവും സുരഭിലവുമായ ഷെല്ലിയുടെ കാവ്യാന്തരീക്ഷത്തിൽനിന്ന് വേഡ്സ്വർത്തിന്റെ കവനസാമ്രാജ്യത്തിലേക്കു കടക്കുമ്പോൾ, എന്തെല്ലാം ആഹാര്യതകൾ ഉണ്ടായിട്ടും എന്തോ ഒന്നിനുവേണ്ടി നമ്മുടെ ഹൃദയം ഉഴറിപ്പായുന്നതെന്തുകൊണ്ടാണ്? ശൃംഗാരത്തിനു രസരാജസ്ഥാനം കിട്ടുവാൻ ഹേതുവെന്ത്? ആടുന്നവനിലും പാടുന്നവനിലുമാണ് അംഗനമാർക്കഭിനിവേശമെന്നു പഴമക്കാരിയായ നമ്മുടെ മലയാണ്മപോലും പറഞ്ഞുതുടങ്ങിയിട്ട് എത്ര ശതാബ്ദങ്ങളായി! ആവക ചൊല്ലുകളെ ശാസ്ത്രത്തിന്റെ സിദ്ധാന്തങ്ങളുമായി തട്ടിച്ചുനോക്കുമ്പോൾ പ്രത്യക്ഷപ്പെടുന്ന അനുഭവം അതേപടി വെളിപ്പെടുത്തിയാൽ എന്തിനു നെറ്റി ചുളിക്കുന്നു? കലയും കാമവികാരവും തമ്മിലുള്ള ബന്ധത്തെക്കുറിച്ച് ഇങ്ങനെ ചില സൂചനകൾ നല്കുവാനല്ലാതെ സവിസ്തരം പ്രതിപാദിക്കുവാൻ ഈ ലഘുപ്രബന്ധത്തിൽ നിവൃത്തിയില്ലല്ലോ.

നമുക്കു വീണ്ടും മോഹിനിയിലേക്കു കടക്കുക. സോമശേഖരന്റെ മാനസിക ഘടനയിൽ മേൽവിവരിച്ച സാഡിസം എന്ന അംശമാണ് മുഴച്ചുനില്ക്കുന്നത്. ശാസ്ത്രദൃഷ്ട്യാ വൈകൃതാത്മകമായ അവന്റെ ചിന്താഗതി അതിനനുരൂപവുമാണ്. എന്നാൽ ശ്രദ്ധേയമായ ഒരു പ്രത്യേകത അതിനുണ്ട്. തത്ത്വോപനിഷ്ഠമായ ഒരു സരണിയിലൂടെയാണ് അവന്റെ ചിന്താപ്രവാഹം. നൈസർഗ്ഗികമായ മാനസികഘടനയിലാണ് അവന്റെ പ്രവൃത്തിയുടെ ഉത്തരവാദിത്വം മുഴുവൻ സ്ഥിതിചെയ്യുന്നതെങ്കിലും, അതിനെ ഒരു മൂടുപടം ഇടുവിച്ചുകൊണ്ട്, അവന്റെ സംസ്കാരജന്യമായ തത്ത്വബോധം തലയുയർത്തുന്നു. ആ തത്ത്വചിന്ത തെറ്റോ ശരിയോ, അതിനാരാധാരമായ സംസ്കാരം അഭിനന്ദനീയമോ അവഹേളനാർഹമോ എന്നൊരു ചോദ്യത്തിന് ഇവിടെ വഴിയുണ്ട്. അതിനു സമാധാനം പറയേണ്ടതു കലാകാരനല്ല, നീതിശാസ്ത്രജ്ഞനാണ്. ഭൗതികദൃഷ്ട്യാ അവന്റെ കർമ്മം അധിക്ഷേപാർഹമായിത്തോന്നിയേക്കാം; അതു കേവലം പൈശാചികവുമായിരിക്കാം. പക്ഷേ, ആ കർമ്മത്തിലല്ല, അതിനു പ്രേരകമായി വർത്തിക്കുന്ന തത്ത്വത്തിലാണ് അവൻ ആനന്ദിക്കുന്നതെന്നോർക്കണം. അവൻ മോഹിനിയെ കുത്തിക്കൊന്നത് അവളുടെ ഹൃദയരക്തം ചിന്നിച്ചിതറിത്തെറിക്കുന്നതു കണ്ട് ആനന്ദിക്കു

വാനല്ല. ആ കാഴ്ച അവനെ വേദനിപ്പിക്കുന്നതേയുള്ളു. എങ്കിലും അവളെക്കൊന്നതിൽ അവന്നൊരു സംതൃപ്തിയുണ്ട്; അത് തികച്ചും സ്വാർത്ഥരഹിതവുമാണ്.

സോമശേഖരന് സ്വന്തമായ ഒരു തത്ത്വശാസ്ത്രമുണ്ട്. അവൻ സൗന്ദര്യാരാധകനാണ്. കാമജന്യമായ സ്വാർത്ഥപ്രീതിക്കു വശഗമായിരുന്നു അവന്റെ ഹൃദയമെങ്കിൽ, മൃണ്മയമായ ശരീരത്തെ അവലംബിച്ചു നിന്ന ദുർല്ലഭവും സ്വർഗ്ഗീയവുമായ ആ സൗന്ദര്യത്തെ അവൻ അനുഭോഗയുക്തമാക്കിത്തീർക്കുമായിരുന്നു. അതിനവൻ ഒരുമ്പെട്ടില്ല. സ്വാർത്ഥലാഭത്തിനുവേണ്ടി ആ സൗന്ദര്യം വിനിയോഗിക്കപ്പെടുന്നുവെങ്കിൽ, ഉത്തുംഗമായ ഒരു മേഖലയെ അധിരോഹണം ചെയ്തിരിക്കുന്ന അതിനു മനഃപ്പൂർവ്വം അവൻ അപകർഷം വരുത്തുകയായിരിക്കും ചെയ്യുക. അപ്പോൾ അവൻ ഒരു യഥാർത്ഥസൗന്ദര്യാരാധകനല്ലാതായിത്തീരുന്നു. മേഘജ്യോതിസ്സിന്റെ ക്ഷണികജീവിതം അവനു തികച്ചും അഭികാമ്യമാണ്.

ബ്രൗണിങ്ങിന്റെ 'പോർഫിറിയായുടെ കാമുക'നും സോമശേഖരനും തമ്മിലുള്ള മൗലികമായ വ്യത്യാസം ഈ തത്ത്വത്തെ ആശ്രയിച്ചാണ് നില്ക്കുന്നത്. സാമുദായികമായ ഉച്ചനീചാവസ്ഥയെക്കുറിച്ചുള്ള ബോധം സംജനിപ്പിച്ച സ്വാർത്ഥസൃഷ്ടമായ നൈരാശ്യമാണ് പോർഫിറിയായെ ഞെക്കിക്കൊല്ലുന്നതിൽ അവനു പ്രേരകമായി നില്ക്കുന്ന മനോഭാവം. സോമശേഖരനെ അതു തീണ്ടിയിട്ടുപോലുമില്ല. ആരാദ്ധ്യനായ ആ വിശ്വമഹാകവിയുടെ കലാസുഭഗമായ ആ ഭാവനാസന്താനത്തേക്കാളധികം വിശിഷ്ടമാണ് എന്റെ ഈ വികൃതസൃഷ്ടിയെന്നു ഞാനഭിമാനിക്കുന്നില്ല. വസ്തുസ്ഥിതിയെ ഞാനൊന്നു സൂചിപ്പിച്ചുവെന്നേയുള്ളു.

സോമശേഖരന്റെ ആ പ്രത്യേക ചിന്താസരണിയിലൂടെ നോക്കുമ്പോൾ അവന്റെ കർമ്മം ഒരിക്കലും പൈശാചികമായിത്തീരുന്നില്ല. മൃണ്മയമായ ഈ ഗാത്രപിണ്ഡം ഇന്നല്ലെങ്കിൽ നാളെ തകർന്നടിയുമെന്നുള്ളതു തീർച്ചയാണ്. അങ്ങനെയിരിക്കെ അത്യുത്തമമായ ഒരു ശോഭനമുഹൂർത്തത്തിൽ അതു സംഭവിക്കുന്നതല്ലേ അഭിലഷണീയം? അവർ ദമ്പതികളായിത്തീർന്ന്, അങ്ങനെ ജീവിച്ചുജീവിച്ച്, സന്താനോല്പാദനത്താലും മറ്റും അവളുടെ സൗന്ദര്യം ക്ഷയിച്ച് ക്ഷയിച്ച്, ഒടുവിൽ അതു വാർദ്ധക്യത്തിന്റെ വികൃതലീലകൾക്ക് വിധേയമായി ദ്രവിച്ചടിയുവാൻ അവൻ ഇഷ്ടപ്പെടുന്നില്ല. അതെല്ലാം പ്രകൃതിനിയമമാണെന്നും അതുകൊണ്ട് അങ്ങനെയുള്ള അവന്റെ ചിന്താഗതി ആശാസ്യമല്ലെന്നും ചിലർ വാദിച്ചേക്കാം. ആ വാദം ഒരുപക്ഷേ, ശരിയാണെന്നും വരാം. എന്നാൽ പ്രകൃതിനിയമങ്ങളെ പ്രതിഷേധിച്ചുകൊണ്ടുള്ള പ്രവർത്തനങ്ങൾ ലോകാരംഭം മുതൽ അപൂർവ്വമായിട്ടെങ്കിലും ഉണ്ടായിട്ടുണ്ടെന്നുള്ള

പരമാർത്ഥം വിസ്മരിക്കാവതല്ല. കാണുന്നതിനെ അതേപടി പകർത്തുകയല്ല, കാണേണ്ടതിനെ കാട്ടിക്കൊടുക്കുകയാണ് കവിയുടെ കർത്തവ്യമെന്ന ഒരു വാദത്തിനും ഇവിടെ വഴിയുണ്ട്. കാണുന്നതിനെ കണ്ട്, അതിനെനോക്കി നല്ലപോലെ മനസ്സിലാക്കുന്നതിൽ നിന്നാണ്, കാണേണ്ടതെങ്ങനെയുള്ളതായിരിക്കണം എന്ന ബോധം ഉറവെടുക്കുന്നതെന്ന് അതിനു സമാധാനം പറയേണ്ടിയിരിക്കുന്നു. 'ഇയാഗോ' അനുകരണാർഹനല്ലായിരിക്കാം; അധികം 'ഇയാഗോ'മാർ ലോകത്തിൽ ജീവിക്കുന്നുമില്ലായിരിക്കാം. പക്ഷേ, അങ്ങനെയുള്ളവരെ ചിത്രീകരിക്കുന്നത് ഒരിക്കലും ഒരപരാധമായിരിക്കുമെന്നു തോന്നുന്നില്ല. സോമശേഖരനും ഇതുപോലെ ഒരപൂർവ്വസൃഷ്ടിയാണ് എന്നു മാത്രം.

ചങ്ങമ്പുഴ കൃഷ്ണപിള്ള

ദേവത - മുഖവുര

സാഹിതീസേവകന്മാരിൽ സംസ്കൃതാനഭിജ്ഞനായ ഒരാളെ, കവി എന്നതു പോകട്ടെ, സാഹിത്യകാരൻ എന്നുപോലും വിളിക്കാമോ എന്ന് കേരളം സംശയിച്ചുകൊണ്ടിരുന്ന ഒരു കാലം ഉണ്ടായിരുന്നു. അടുത്തകാലത്ത് ആ മനോഭാവത്തിന് വലിയ മാറ്റം വന്നിട്ടുണ്ട്. സംസ്കൃതത്തിന്റെ പടിവാതില്ക്കൽപ്പോലും കാൽകുത്തിയിട്ടില്ലാത്ത പല നല്ല സാഹിത്യകാരന്മാരെയും സൃഷ്ടിക്കുവാൻ പാവപ്പെട്ട മലയാളത്തിനു സാധിച്ചു. അത് അത്ര നിസ്സാരമാക്കി തള്ളിക്കളയാവുന്ന ഒരു സംഗതിയാണെന്നു പറഞ്ഞുകൂടാ. അവരുടെ സാഹിത്യസംരംഭങ്ങൾ കാവ്യമീമാംസാതത്ത്വങ്ങളുടെയും വ്യാകരണനിയമങ്ങളുടെയും അസൂയ നിറഞ്ഞ തുറിച്ചുനോട്ടങ്ങളെ അവഗണിച്ചുകൊണ്ട് കമനീയമായ കലോത്സവത്തിന് അഭിമാനപൂർവ്വം രംഗമൊരുക്കി. പാണ്ഡിത്യഗർവ്വം പല്ലിറുമ്മിയിട്ടും അതു വകവെക്കാതെ കേരളീയസഹൃദയത്വം അഭിനവവും ചിരപ്രാർത്ഥിതവുമായ ഒരാസ്വാദനാവേശത്തിനധീനമായി അവരുടെ കലാകേളികളെ സഹർഷം സ്വാഗതം ചെയ്തു. അവതാരകനും അനുവാചകനും തമ്മിലുള്ള ഈ അഭിരുചിപ്പൊരുത്തം നൂതനമായ പല കലാസൃഷ്ടികൾക്കും കേരളത്തിൽ വഴി തെളിയിക്കയുണ്ടായി.

ഇങ്ങനെയെല്ലാമാണെങ്കിലും സംസ്കൃതം തൊട്ടുതേച്ചിട്ടില്ലാത്ത ഒരു മനുഷ്യൻ ആ മഹാഭാഷയിലെ അദ്വിതീയമെന്നു ഘോഷിക്കപ്പെടുന്ന ഒരു കാവ്യഗ്രന്ഥം വിവർത്തനം ചെയ്യാനൊരുമ്പെട്ടാൽ, ആത്മവിശ്വാസത്തിന്റെ പേരിൽ അയാൾ എത്രതന്നെ വാദിച്ചാലും ശരി, സംസ്കൃതപക്ഷപാതികൾ ഇന്നും അയാളെ വെറുതെ വിടുമോ എന്നു സംശയമാണ്. ചില സ്ഥാപിതതാല്പര്യങ്ങളുടെ സേവയ്ക്കുവേണ്ടി ആത്മവഞ്ചന ചെയ്യാതെ ഉള്ളിൽത്തോന്നുന്ന അഭിപ്രായം ഉച്ചത്തിൽ വിളിച്ചു

പറയുന്നതുപോലും 'ധിക്കാര'മായി വ്യാഖ്യാനിക്കുകയും, അതിന്റെ നേരെ കലിയെടുത്ത് ചീറുകയും ചെയ്യുന്ന ഒരന്തരീക്ഷത്തിൽ ഇത്തരത്തിലുള്ള ഒരു സാഹസം ക്ഷമിക്കപ്പെടുമെന്നു വിശ്വസിക്കുവാൻ വിഷമം തോന്നുന്നു. ഏതായാലും 'പലതും സഹിച്ചുപോരുന്ന' ഇന്നത്തെ മലയാളം ഇതുമാത്രം സഹിക്കാതെ ഞാൻ ശിക്ഷാർഹനാണെന്നു വിധി കല്പിക്കുകയാണെങ്കിൽ, മനഃപൂർവ്വം ചെയ്യുന്ന ഈ അപരാധത്തിന് എന്തു ശിക്ഷയും സഹർഷം സ്വീകരിക്കുവാൻ ഞാൻ സന്നദ്ധനാണെന്നു തുറന്നു പറഞ്ഞുകൊള്ളട്ടെ.

ആദ്യമായി ഈ വിവർത്തനത്തിന് എന്നെ പ്രേരിപ്പിച്ച ചില കാര്യങ്ങളെക്കുറിച്ച് എനിക്ക് അല്പം ചിലത് സൂചിപ്പിക്കുവാനുണ്ട്. 1120 ധനുമാസത്തിലാണ് *ഗീതാഗോവിന്ദം* മലയാളത്തിലേക്ക് വിവർത്തനം ചെയ്യണമെന്ന് എനിക്ക് തോന്നിയത്. സംഭോഗശൃംഗാരം അതിന്റെ പരമോച്ചനിലയെ പ്രാപിച്ചിട്ടുള്ള കാവ്യങ്ങളിൽ പ്രഥമഗണനീയമാണ് ഈ കൃതി. ഇതിലെ അംഗിയായ രസം കലയുടെ ചെത്തിമിനുക്കലും നിറംപൂശലുമൊന്നും കൂടാതെ അസംസ്കൃതരൂപത്തിൽത്തന്നെ അവതരിപ്പിക്കപ്പെട്ടിട്ടുള്ളതാണ് വെണ്മണികൃതികൾ. ചിരകാലമായി കേരളത്തിൽ നിലനിന്നുപോന്ന ആ ശൃംഗാരാധിഷ്ഠിതമായ-വെറും വൈഷയികമായ-കാവ്യാത്മകപാരമ്പര്യം വെണ്മണിയിൽ അവസാനിച്ചു എന്നും, ഏറെക്കാലംകൂടി അടിച്ചമർക്കപ്പെട്ട ആ അവഹേളനാർഹമായ ദുർവാസന വീണ്ടും തലയുയർത്തിയത് എന്നിൽക്കൂടിയാണെന്നും ഒരഭിപ്രായം പൊതുവേ പരന്നിട്ടുണ്ട്. അതിനെ ആധാരമാക്കിയുള്ള പരസ്യമായ ആക്ഷേപങ്ങൾ ഒട്ടേറെ ഞാൻ അഭിമുഖീകരിച്ചിട്ടുമുണ്ട്. വെണ്മണിയെത്തുടർന്ന്, മങ്കത്തയ്യിനെ മഞ്ജുവാക്കുകൾ പറഞ്ഞൊട്ടൊട്ടടുപ്പിച്ച് ആ 'തങ്കപ്പട്ടുറവുക്കതൻ നടുവിലായ് കൈയൊന്നു' വെക്കലും 'തങ്കൽത്തീപ്പൊരി വീണപോലെ തരസാ തട്ടിപ്പിട'ഞ്ഞേൽക്കലും, 'മാരൻവിട്ട ശരം കണക്കതിജവാൽ' പാഞ്ഞെത്തലും, 'നേരം ചെറ്റു കവിഞ്ഞ തെറ്റിനു' 'പൊൻകാപ്പണിക്കൈകളാൽ സ്വൈരം കെട്ടിവരിഞ്ഞു നിർത്തലും, 'വികസദ്രോമാഞ്ചമാം നെഞ്ചിലാ നീരാന്ധ്രോച്ചകുചങ്ങളാൽ ചിരതരം' മർദ്ദിക്കലും, അതിന്റെ മാദകലഹരിയിൽ മുഴുകിച്ചേരലും, 'ചെറുനാരങ്ങയെ സ്വച്ഛമാം കരതാരാൽ' മർദ്ദിച്ചുകൊണ്ട് 'സാകൂതസ്മിതനായി' 'ഉൾക്കമ്പത്താലാകുല'മായ മാറത്ത് 'തെളിനോട്ട'മാഴ്ത്തലും മറ്റും ഇന്നു ജീവിച്ചിരിക്കുന്ന പല മഹാകവികളിലും യുവകവികളിലും കൂടി കടന്നുവന്ന് ഇങ്ങേ അറ്റത്തെ കരുത്തറ്റ കണ്ണിയായ എന്നിലും സ്ഥാനം പിടിച്ചിട്ടുണ്ടെന്നല്ലാതെ സദാചാരസൗധങ്ങളുടെ അടിത്തറ പൊളിക്കുന്ന ആഗ്നേയപിണ്ഡങ്ങളൊന്നും ഞാൻ വർഷിച്ചിട്ടുള്ളതായി എനിക്കറിവില്ല. ഇതിനെസംബന്ധിച്ച് *മാതൃഭൂമി ആഴ്ചപ്പതിപ്പിൽ* ഞാനും മറ്റൊരു സഹൃദയനും തമ്മിൽ ഉണ്ടായ വാദകോലാഹലങ്ങളാണ് *ഗീതാഗോവിന്ദം* വിവർത്തനം ചെയ്യുന്നതിൽ എനിക്ക് പ്രേരകമായി തീർന്നത്.....

ഇന്നത്തെ ചില റിയലിസ്റ്റ് സാഹിത്യകാരന്മാർ 'വ്യഭിചാര'ത്തെ വിഷയമാക്കി കഥകളും നോവലുകളും മറ്റും എഴുതുന്നതിൽ യാഥാസ്ഥിതിക നിരൂപകന്മാർ കണക്കിലേറെ അരിശംകൊള്ളുന്നതായിക്കാണാം. ഉപജീവനത്തിന് മറ്റൊരു മാർഗ്ഗവുമില്ലാതെ, ഉദരത്തിന്റെ ആഹ്വാനത്തിൽ മനസ്സാക്ഷിയുടെ ധാർമ്മികചോദനത്തെ അവഗണിച്ചുകൊണ്ട് സ്വശരീരത്തെ വില്ക്കുവാൻ ദയനീയമാംവിധം നിർബ്ബന്ധിതയായിത്തീരുന്ന ഒരു പാവപ്പെട്ട വേശ്യയുടെ ചിത്രീകരണം അക്കൂട്ടരെ ക്ഷോഭിപ്പിക്കുന്നു. എന്നാൽ ഭർത്തൃമതികളായ ഗോപസ്ത്രീകൾ ശ്രീകൃഷ്ണന്റെ അംഗലാവണ്യത്തിലും കലാസിദ്ധിയിലും ഭ്രമിച്ച് സ്വകാന്തന്മാരെ കൈവെടിഞ്ഞു കാമാവേശത്താൽ വ്യഭിചാരസന്നദ്ധകളായിവന്ന്, മദനോത്സവം കൊണ്ടാടുന്നതായി ചിത്രീകരിക്കപ്പെടുമ്പോൾ ഭക്തിപാരവശ്യത്താൽ അവർ കൈ കൂപ്പുകയും ചെയ്യുന്നു. ഈ വിരുദ്ധസ്വഭാവം എനിക്ക് പലപ്പോഴും വിചിത്രമായിത്തോന്നാറുണ്ട്. അക്കൂട്ടരുടെ സമാധാനം ആ നായികമാർ ഗോപസ്ത്രീകളല്ല ജീവാത്മാക്കളാണെന്നാണ്; അവരെ വഴിപ്പിഴപ്പിച്ചു സ്വേച്ഛാപൂർത്തി നിർവ്വിഘ്നം നിർവ്വഹിക്കുന്ന നായകൻ ശ്രീകൃഷ്ണനല്ല, പരമാത്മാവാണെന്നാണ്. എല്ലാം ഒരു പരമവേദാന്തത്തിന്റെ സുന്ദരചിഹ്നങ്ങൾ മാത്രമാണത്രേ. ആയിരിക്കാം; അല്ലെന്ന് എനിക്കു വാദമില്ല. പക്ഷേ, ജീവാത്മാവും പരമാത്മാവും തമ്മിൽ ആഘോഷിക്കപ്പെടുന്ന സുരതോത്സവും, വേശ്യയും വിടനും തമ്മിൽചെയ്യുന്ന ലൈംഗികകർമ്മവും - അതേ, അവ രണ്ടും യഥാർത്ഥത്തിൽ ഒന്നുതന്നെയല്ലേ എന്നാണ് എന്റെ ചോദ്യം. ഒന്ന് യഥേഷ്ടം വർണ്ണിക്കപ്പെടാമെന്നും മറ്റൊന്ന് നിശ്ശങ്കം പരിത്യജിക്കപ്പെടണമെന്നും പറയുന്നതിന്റെ മൗലികമായ തത്ത്വം ഇന്നും എനിക്ക് മനസ്സിലാകുന്നില്ല. ഒരു സഹൃദയൻ എന്റെ ഈ സംശയം പത്രദ്വാരാ ഒരിക്കൽ ദൂരീകരിക്കാൻ ശ്രമിച്ചു. അദ്ദേഹം പറയുന്നത് ആദ്യം പ്രസ്താവിച്ചിട്ടുള്ള സംഗതികൾ പുരാണങ്ങളാണ്, അവയ്ക്ക് പുരാണത്തിന്റെ 'മറ'യുണ്ട് എന്നെല്ലാമാണ്. ഈ പ്രസ്താവത്തിൽ യുക്തിയുടെ ഒരംശംപോലും ഞാൻ കാണുന്നില്ല. ഒരാൾ നഗ്നനായി തെരുവീഥിയിൽക്കൂടി നടന്നുപോകുന്നതെന്തെന്നു ചോദിക്കുമ്പോൾ, ആ നഗ്നതയ്ക്ക് അന്തരീക്ഷത്തിന്റെ 'മറ'യുണ്ട് എന്നു പറയുന്നതുപോലെ മാത്രമേ ആ സമാധാനം തൃപ്തികരമാകുന്നുള്ളൂ.

മേൽപ്രസ്താവിച്ച രീതിയിൽ പുരാണത്തിന്റെ 'മറ'യുള്ള ആയിരം പൂര പ്രബന്ധങ്ങൾ നമുക്കുണ്ട്. അവയെല്ലാം നമുക്ക് തത്ത്വഭണ്ഡാഗാരങ്ങളാണ്. അവയെ നാം വാനോളം വാഴ്ത്തി സ്തുതിക്കുന്നു. ഭർത്തൃപുത്രനെ മൃഗമാക്കാൻ പണിപ്പെട്ട് പരാജയപ്പെടുകയും ആ പരാജയത്തിന്റെ പൈശാചികമായ പ്രതികാരാവേശത്താൽ ധർമ്മബോധത്തിന്റെ ശിരസ്സിൽ ശാപകീലം തറയ്ക്കുകയും ചെയ്യുന്ന സ്വർഗ്ഗത്തിലെ തേവിടിശ്ശികളെ-പുരാണത്തിന്റെ 'മറ'യ്ക്കു പിന്നിൽ മദിച്ചു പുളയ്ക്കുന്ന പുംശ്ചലികളെ-പൂവിട്ടുപൂജിക്കുന്ന നമുക്ക്, വിധിയുടെ കൈയിൽ

കളിപ്പന്തായിച്ചമഞ്ഞ ഈഡിപ്പസ് രാജാവിനെ കാണുമ്പോൾ അവജ്ഞയാണുതോന്നുന്നതെന്ന് പറഞ്ഞാൽ അതു വെറും അസംബന്ധപ്രലപനത്തിന്റെ പര്യായമായി പരിഗണിക്കുവാനേ എനിക്കു നിവൃത്തിയുള്ളു. ഗുരുപത്നിയെ തട്ടിയെടുത്ത് കൊണ്ടുപോയ ശിഷ്യപ്രമുഖന്മാരും, സ്വപത്നി മധുവിധുവെല്ലാം കഴിഞ്ഞു ശിഷ്യനിൽനിന്നു സമാർജ്ജിച്ച സന്താനസമ്പത്തുമായി തിരിച്ചെത്തുമ്പോൾ ഒരു 'പുളിച്ച ചിരി' ചിരിച്ചു കൊണ്ടു വീണ്ടും സ്വാഗതം ചെയ്യുന്ന ചുണകെട്ട ഗുരുപ്രവരന്മാരും നമ്മുടെ പുരാണത്തിന്റെ മറയിൽ ഇന്നും അങ്ങനെ നിർബ്ബാധം കഴിഞ്ഞുകൂടുന്നു. അവർ നമ്മുടെ സദാചാരബോധത്തെ അല്പംപോലും ചതിച്ചിട്ടില്ല. ശന്തനുവിന്റെ ആശ്രമത്തിൽവന്ന സൃഷ്ടികർത്താവായ ബ്രഹ്മാവിന്, അമോഘയെ കണ്ടമാത്രയിൽ ശുക്ളം സ്രവിച്ചു. ആ സാധ്വിക്കു ഭർത്താവിന്റെ നിർബ്ബന്ധത്താൽ അതു പാനം ചെയ്യേണ്ടി വന്നു. (പത്മപുരാണം-Pages 1802-4). അതേ; ഇങ്ങനെ പുരാണത്തിന്റെ മറയിൽ ദേവോചിതങ്ങളായ എത്രയെത്ര പരാക്രമങ്ങൾ പതിയിരിക്കുന്നു! അതിലൊന്നും നമുക്ക് പരാതിയില്ല. നമ്മുടെ ചുറ്റുപാടും കണ്ടുവരുന്ന നിത്യജീവിതത്തിലെ ഇരുണ്ടവശങ്ങൾ അല്പമൊന്നു ചിത്രീകരിക്കാൻ ആരംഭിക്കുമ്പോഴേക്കും നമ്മുടെ സാന്മാർഗ്ഗികബോധം ആകമാനം അട്ടിമലർന്നുവെന്നുള്ള ആക്രോശങ്ങൾ ആവിർഭവിക്കുകയായി!

ക്രൈസ്തവവേദഗ്രന്ഥം പരിശോധിച്ചുനോക്കിയാലും ഇത്തരത്തിലുള്ള നിരവധി സംഭവകഥകൾ അണിനിരന്നിട്ടുള്ളതായിക്കാണാം. ഒരു പിതാവ് പുത്രിയുമായി ലൈംഗികജീവിതം നയിക്കുന്നതിനെ ആധാരമാക്കി ഒരു ചെറുകഥ രചിക്കപ്പെട്ടാൽ ഉടൻ തുടങ്ങുകയായി അനിയന്ത്രിതമായ ഒരുവക ഹാലിളക്കം. അതു പുരോഗമനസാഹിത്യമാണെന്നും ആ സാഹിത്യം ഒരു വിഷസർപ്പമാണെന്നും അതിനെ ഉടനടി തച്ചുകൊല്ലണമെന്നും ഉൽഘോഷിച്ചുകൊണ്ട് മിഷനറിമാരും പാതിരിമാരും നാലു ദിക്കിൽനിന്നും പാഞ്ഞെത്തി അനാവശ്യമായ സമരകോലാഹലങ്ങൾക്കു വട്ടംകൂട്ടിത്തുടങ്ങും. എന്നാൽ, രണ്ടു സഹോദരിമാർ കാമവികാരം സഹിക്കാനാകാതെ സ്വപിതാവിന് വീഞ്ഞുകൊടുത്ത് മയക്കി മൃഗീയമായ രീതിയിൽ കാമസംതൃപ്തിയടയുന്ന കഥ വേദഗ്രന്ഥത്തിന്റെ ഏടുകളിൽ ഒളിച്ചിരിക്കുന്നതും കണ്ടിട്ടും അവർ കണ്ടഭാവം നടിക്കുന്നില്ല. സോളമൻ ചക്രവർത്തിക്ക് ഒരജപാലബാലികയിലുണ്ടായ അഭിനിവേശത്തെ ആധാരമാക്കി രചിക്കപ്പെട്ടിട്ടുള്ള *Song of Songs* എന്ന സുന്ദരകലാസൃഷ്ടിയെപ്പോലും മതത്തിന്റെ കറുത്തുനീണ്ട ആ മേലങ്കിയണിയിച്ച് വികൃതപ്പെടുത്തിയാൽ മാത്രമേ അവരുടെയും സന്മാർഗ്ഗബോധം അചഞ്ചലമായി വർത്തിക്കുകയുള്ളുവത്രേ, (എന്റെ *ദിവ്യഗീതം* എന്ന കൃതിയും അതിലെ കുറിപ്പുകളും വായിച്ചുനോക്കുക). ക്രിസ്തുവിന്റെ ജനനത്തിന് ആയിരംകൊല്ലങ്ങൾക്കു മുൻപ് ജീവിച്ചിരുന്ന സോളമൻ ചക്രവർത്തി സ്വാനുഭവജന്യങ്ങളായ വികാരങ്ങൾക്ക് രൂപംകൊടുത്തിട്ടുള്ള ആ മനോഹരഗാനങ്ങൾ "സഭയ്ക്കു ക്രിസ്തുവിനോടുള്ള സ്നേ

ഹ"ത്തെ കീർത്തിക്കുന്ന വെറും പാതിരി പ്രസംഗങ്ങളാക്കി തരംതാഴ്ത്തുന്നത് തീർച്ചയായും മതം കലയോട് ചെയ്യുന്ന ഒരു കടുംകൈയാണെന്നുള്ളതിന് സംശയമില്ല. 'ഇണപെറ്റ രണ്ടിളം പുള്ളിമാൻപേടകളെ'പ്പോലെ സുന്ദരങ്ങളായ കുളിർമുലകളും, കുനുകൂന്തൽച്ചുരുളുകൾക്കുള്ളിലൊരു മാതളക്കനിപോലെ വിളങ്ങുന്ന കവിൾത്തടങ്ങളുമുള്ള തരളായ തമിഴിമാരണിമകുടമണിമാലികയായ ആ ശൂലേമിക്കാരി-വിലാസലലസയും വിശ്വൈകമോഹിനിയുമായ ആ അജപാലകന്യക -വെറും ഒരു നിർജ്ജീവസഭയാണത്രേ! അമ്പോ, ചിഹ്നങ്ങൾ കാണിക്കുന്ന ഇന്ദ്രജാലം!

'ദിവ്യഗീത'വും, 'ദേവഗീത'യും (*Song of Songs* and *ഗീതാഗോവിന്ദം*) തമ്മിൽ വലിയ സാദൃശ്യമുണ്ടെന്ന് ആദാംക്ലാർക്ക് അഭിപ്രായപ്പെടുന്നു. രാധയുടെ സ്ഥാനത്ത് ഒരിടയപ്പെൺകൊടിയും ശ്രീകൃഷ്ണന്റെ സ്ഥാനത്ത് ഒരു ചക്രവർത്തിയും നായികാനായകന്മാരായിട്ടുണ്ടെന്നുള്ളതിൽക്കവിഞ്ഞു ദിവ്യഗീതത്തിന് ദേവഗീതയുമായി കാവ്യപരമായ ഒരു സാദൃശ്യവും ഞാൻ കാണുന്നില്ല. കവിതയുടെ മേന്മ നോക്കുമ്പോൾ ഗീതാഗോവിന്ദത്തെ അപേക്ഷിച്ച് വളരെ പുറകിൽ നില്ക്കുന്ന ഒരു കൃതിയാണ് *Song of Songs* എന്നും എടുത്തുപറയേണ്ടിയിരിക്കുന്നു. മറ്റൊന്നിനോടു താരതമ്യപ്പെടുത്താതെ, ദിവ്യഗീതത്തെ ഒറ്റയ്ക്കെടുത്തു പരിശോധിച്ചാൽ അതൊരുത്തമകലാസൃഷ്ടിയാണെന്നു നിസ്സംശയം പറയാൻ സാധിക്കും. അങ്ങനെയാണു ചെയ്യേണ്ടതും. ഗീതാഗോവിന്ദത്തെ അപേക്ഷിച്ച് ദിവ്യഗീതത്തിന്ന് സ്തുത്യർഹമായ ഒറു മേന്മയുണ്ട്-അതിൽ വൈഷയികമായ രംഗവർണ്ണനകളും അവയോടൊട്ടിനില്ക്കുന്ന രസഗുംഫനങ്ങളും വളരെ കുറവാണ്. രാധാകൃഷ്ണന്മാരുടെ കാമക്രീഡാപരിപാടികളെക്കൊണ്ട് കൊടുങ്കാറ്റടിച്ചിളകിമറിയുന്ന ഒരു വികാരപാരാവാരമാണ് ജയദേവൻ സൃഷ്ടിച്ചിട്ടുള്ളത്; സോളമൻ ചക്രവർത്തിയുടെ കലാസൃഷ്ടിയാകട്ടെ, ഇളംതെന്നലിൽ ചിറ്റലകൾ ചിന്നിപ്പടരുന്ന ശാന്തസുന്ദരവും ഭൃംഗനാദരഞ്ജിതവുമായ ഒരു താമരപ്പൊയ്കയുമാണ്.

വൈഷ്ണവ കവികളിൽ ജയദേവനെ സമീപിക്കുവാൻ ആർക്കെങ്കിലും സാധിച്ചിട്ടുണ്ടെങ്കിൽ അത് വിദ്യാപതിക്കുമാത്രമാണ്. അദ്ദേഹത്തിന്റെ 'ഗീതാവലി'യിലെ കൃതികൾ കലാഭംഗിയിൽ ജയദേവഗാനങ്ങളെ ചില സന്ദർഭങ്ങളിൽ അതിശയിക്കുന്നുണ്ടെന്നുതന്നെ പറയാം. ഇവരുടെ ഭാവാത്മകഗാനങ്ങൾ ഹൈന്ദവർക്ക് ഇന്നും ഉത്തേജകമായി വർത്തിക്കുന്നു. ജയദേവനെക്കുറിച്ചുള്ള ഐതിഹ്യങ്ങൾ സുപ്രസിദ്ധങ്ങളാകയാൽ അവയെ ഇവിടെ വിസ്തരിക്കേണ്ട ആവശ്യമില്ല. അദ്ദേഹം തികഞ്ഞ ഒരു കൃഷ്ണഭക്തനായിരുന്നുവെന്ന് ഗീതഗോവിന്ദകാവ്യത്തിൽ ആദ്യന്തം തെളിഞ്ഞു കാണാം. ആരാധനാവേളയിൽ തന്റെ മധുരഗാനങ്ങൾ ഭക്തിപാരവശ്യത്തോടെ അദ്ദേഹം ഉച്ചത്തിൽ പാടുകയും അതൊപ്പിച്ച് അദ്ദേഹത്തിന്റെ ധർമ്മപത്നിയായ പത്മാവതി ശ്രീകൃഷ്ണവിഗ്രഹത്തിനു ചുറ്റും നൃത്തം ചെയ്യുകയും പതിവായിരുന്നുവെന്നു പറ

യപ്പെടുന്നു. കൃഷ്ണഭക്തിയിൽ പത്മാവതി ജയദേവനെ അതിശയിച്ചിരുന്നതായും തൽഫലമായി ശ്രീകൃഷ്ണഭഗവാൻ ഒരിക്കൽ ആ സാധ്വിയുടെ മുൻപിൽ പ്രത്യക്ഷപ്പെട്ടതായും കീർത്തിക്കപ്പെടുന്നുണ്ട്. ഗീതാഗോവിന്ദം പത്താം സർഗ്ഗത്തിൽ പത്തൊൻപതാം ഗീതത്തിൽ സപ്തമപാദത്തിലെ,

സ്മരഗരളഖണ്ഡനം മമ ശിരസി മണ്ഡനം
ദേഹി പദപല്ലവമുദാരം

എന്ന ഭാഗം ഭഗവാൻതന്നെ എഴുതിച്ചേർത്തതാണത്രേ. അർത്ഥഭംഗിയും ശബ്ദഭംഗിയും ഇത്രത്തോളം ഒത്തിണങ്ങിച്ചേർന്നിട്ടുള്ള കാവ്യങ്ങൾ കാളിദാസകൃതികളൊഴികെ മറ്റില്ലെന്നുതന്നെ പറയാം. രാധാകൃഷ്ണന്മാരുടെ പ്രണയത്തെ ആധാരമാക്കി ഭാരതീയരും ആംഗലേയരുമായി അനേകം കവികൾ ഒട്ടധികം കാവ്യങ്ങൾ രചിച്ചിട്ടുണ്ട്. എന്നാൽ അവയ്ക്കൊന്നിനും അഷ്ടപദിയുടെ അനശ്വരയശസ്സാർജ്ജിക്കുവാൻ സാധിച്ചിട്ടില്ല. ഭാരതീയകവികളുടെ കൃതികളിൽ *ഗീതാവലി*യും *ശ്രീകൃഷ്ണകർണ്ണാമൃത*വും ആംഗലേയകവികളുടേതിൽ ആർ സി ട്രെവിലിന്റെ *വിദ്രുമദ്രുമം* എന്ന നാടകവും അത്യുത്തമകലാസൃഷ്ടികളായി പ്രശോഭിക്കുന്നു. ജയദേവഗാനങ്ങളിൽ ഒന്നെങ്കിലും ഹൃദിസ്ഥമാക്കിയിട്ടില്ലാത്തവരായി ഉത്തരഭാരതീയരിൽ ആരെങ്കിലും ഉണ്ടായിരിക്കുമോ എന്നു സംശയമാണ്. കുടിലിലും കൊട്ടാരത്തിലും ഒന്നുപോലെ കളിയാടിക്കൊണ്ടിരിക്കുന്ന ഒരു വിശ്വമോഹിനിയാണ് ജയദേവഭാരതി.

കേരളത്തിൽ ഒരുകാലത്ത് അഷ്ടപദിക്കു വലിയ പ്രചാരം സിദ്ധിച്ചിരുന്നു. ഗീതാഗോവിന്ദത്തെ അനുകരിച്ച് രാമപാണിവാദൻ *ഗീതാരാമം* എന്ന ഒരു കാവ്യം രചിച്ചിട്ടുണ്ട്. ഉത്തരകേരളത്തിൽ സർവ്വാദരണീയമായി കൊണ്ടാടപ്പെട്ടിരുന്ന കൃഷ്ണനാട്ടം കേരളീയർക്ക് ഗീതാഗോവിന്ദത്തോടുണ്ടായിരുന്ന പ്രതിപത്തിക്ക് ഉത്തമദൃഷ്ടാന്തമാണ്. ഇന്നും വിഷ്ണുക്ഷേത്രങ്ങളിൽ ജയദേവഗാനങ്ങൾ-പാണിവാദനത്തോടൊപ്പം-പാടിപ്പോരുന്നുണ്ട്. കഥകളിയിലെ ഒരു പ്രധാനചടങ്ങായ *മഞ്ജുതര*ക്കുപയോഗിക്കുന്നത് ഗീതാഗോവിന്ദത്തിലെ

മഞ്ജുതരകുഞ്ജതലകേളിസദനേ
ഇഹ വിലസ രതിരഭസഹസിതവദനേ;
പ്രവിശ രാധേ, മാധവസമീപം!"

എന്നുതുടർന്ന ഇരുപത്തിയൊന്നാമത്തെ സരളമധുരമായ ഗാനതല്ലജമാണ്. അടുത്തകാലത്ത് തിരുവിതാംകൂറിൽ 'ഏവൂർ' എന്ന സ്ഥലത്ത് ഏതാനും സഹൃദയന്മാർ ഒത്തു ചേർന്ന് ഒരു സംഘം രൂപീകരിക്കുകയും അതിന്റെ ആഭിമുഖ്യത്തിൽ അഷ്ടപദിക്കുവീണ്ടും കേരളത്തിൽ പ്രചാരമുണ്ടാക്കുവാനുള്ള പ്രവർത്തനപരിപാടികൾ സജ്ജമാക്കുകയും ചെയ്തിട്ടുള്ളതായി പത്രങ്ങളിൽ ഞാൻ വായിച്ചതായി ഓർക്കുന്നു! അവരുടെ സദുദ്യമത്തിന് തിരുവിതാംകൂർ ഗവൺമെന്റ് പല ആനുകൂല്യങ്ങളും ചെയ്തുവരുന്നതായും അവരുടെ ഗീതാഗോവിന്ദ കഥാപ്രസംഗം

ഗവൺമെന്റ് ക്ഷേത്രങ്ങളിലെ ഉത്സവപരിപാടികളിൽ ഒരു പ്രധാനചടങ്ങായി അംഗീകരിച്ചിട്ടുള്ളതായും പറയപ്പെടുന്നു. പ്രോത്സാഹനാർഹമായ ഈ പ്രസ്ഥാനത്തിന് സാർവ്വത്രികമായ പ്രചാരം സിദ്ധിക്കുമെന്നുള്ളതിൽ സംശയമില്ല. അതിന്റെ പ്രവർത്തകന്മാരെ ഞാൻ ഹൃദയപൂർവ്വം അഭിനന്ദിക്കുന്നതോടൊപ്പം ഇന്നു നിശ്ശേഷം നശിച്ചിരിക്കുന്ന *കൃഷ്ണനാട്ട* ത്തെ പുനരുദ്ധരിക്കേണ്ട കർത്തവ്യം അവരെയും മറ്റ് കലാപ്രണയികളെയും അനുസ്മരിപ്പിക്കുകകൂടി ചെയ്തുകൊള്ളട്ടെ!

ആദാംക്ലാർക്കിന്റെയും എഡ്വിൻ ആർനോൾഡിന്റെയും ഗീതാഗോവിന്ദ പരിഭാഷകൾ നാലഞ്ചുകൊല്ലങ്ങൾക്കുമുൻപ് ഞാൻ ഇംഗ്ലീഷിൽ വായിക്കുകയുണ്ടായി. ഇത്രകാലമായിട്ടും ഈ വിശിഷ്ട കാവ്യത്തിനു മലയാളത്തിൽ ഒരു പരിഭാഷയുണ്ടാകാതിരുന്നതിൽ എനിക്ക് അത്ഭുതം തോന്നുന്നു. 'അഷ്ടപദി' ഏതെങ്കിലും രൂപത്തിൽ മലയാളത്തിൽ പ്രത്യക്ഷപ്പെട്ടിട്ടുണ്ടെങ്കിൽ അത് കൈകൊട്ടിക്കളിപ്പാട്ടായിട്ടാണ്. ഇടപ്പള്ളി രാജവംശത്തിലെ തമ്പുരാട്ടിമാർക്ക് തിരുവാതിരക്കളിക്കുപയോഗിക്കുവാനായി അന്നത്തെ വലിയ രാജാവിന്റെ നിർദ്ദേശമനുസരിച്ച്, കൊട്ടാരത്തിലെ അദ്ധ്യാപകനും ഇടപ്പള്ളി സ്വദേശിയുമായ പൊന്നാടിപ്പുഷ്പകത്തു നമ്പ്യാർ രചിച്ചിട്ടുള്ളതാണ് പ്രസ്തുത കൃതി. അതിന്റെ ഒരു പ്രതി കിട്ടുവാനായി പലയിടങ്ങളിലും ഞാൻ തിരയുകയുണ്ടായി. എങ്കിലും ഒടുവിൽ എനിക്കു നിരാശപ്പെടേണ്ടതായിത്തന്നെ വന്നുകൂടി. പണ്ഡിതാഗ്രേസരനായ ശ്രീ. കെ വി എം ഗീതാഗോവിന്ദത്തിന് ഒരു വ്യാഖ്യാനം എഴുതിയിട്ടുണ്ട്.

അദ്ദേഹത്തോട് നേരിട്ടുചോദിച്ചിട്ടും എനിക്കതിന്റെ ഒരു പ്രതി ലഭിക്കുവാൻ സാധിച്ചില്ല. കിട്ടിയിരുന്നുവെങ്കിൽ എന്റെ ഈ പരിഭാഷ ഒന്നുകൂടി നിറം പിടിപ്പിക്കുവാൻ എനിക്കു സാധിക്കുമായിരുന്നു. ഞാൻ വിവർത്തനത്തിനായി അവലംബിച്ചിട്ടുള്ള ഏകഗ്രന്ഥം 'ശൂലപാണിപാരശവതനുജന്മാ'വായ രാജശ്രീ കെ കെ ഗോവിന്ദൻ നായർ തർജ്ജമ ചെയ്തിട്ടുള്ള *ലക്ഷ്മീധര* വ്യാഖ്യാനമാണ്. സാരജ്ഞനായ ആ മഹാൻ ആരെന്നോ ഇപ്പോൾ ജീവിച്ചിരിപ്പുണ്ടോ എന്നോ എനിക്കറിഞ്ഞുകൂടാ. ഏതായാലും ഈ വിവർത്തനസംരംഭത്തിൽ എനിക്കേകാവലംബമായി വർത്തിച്ച പ്രസ്തുത വ്യാഖ്യാനത്തിന്റെ പ്രണേതാവിനോട് എനിക്കുള്ള കൃതജ്ഞതയെ ഭക്തിപൂർവ്വം ഞാൻ ഇവിടെ രേഖപ്പെടുത്തികൊള്ളുന്നു.

അഷ്ടപദി കൈകൊട്ടിക്കളിപ്പാട്ടായി എഴുതിയ ശ്രീ നമ്പ്യാരെ അധികനാൾ ചെല്ലുന്നതിനുമുൻപ് ഇടപ്പള്ളിയിലെ വിഷ്ണുക്ഷേത്രത്തിൽ വച്ച് ഒരു സർപ്പം കടിച്ചുവെന്നും അങ്ങനെയാണദ്ദേഹം മൃതിയടഞ്ഞതെന്നും പറയപ്പെടുന്നു. ഞാൻ ഈ കൃതി പരിഭാഷപ്പെടുത്തിക്കൊണ്ടിരിക്കുമ്പോൾ എന്റെ നാട്ടുകാരായ ചില സുഹൃത്തുക്കൾ ഇതുപറഞ്ഞ് എന്നെ ഭീഷണിപ്പെടുത്തുകയുണ്ടായി. പക്ഷേ, മനുഷ്യന്റെ ആയുസ്സിനെക്കുറിച്ച് വലിയ മതിപ്പൊന്നുമില്ലാത്ത ഞാൻ ആവക ഭീഷണികളെ പരിഹാസപൂർവ്വം അവഗണിച്ച് എന്റെ ഉദ്യമം തുടരുകതന്നെ ചെയ്തു. അങ്ങനെ

പ്രതിദിനം ഓരോ സർഗ്ഗംവീതം പരിഭാഷപ്പെടുത്തി പന്ത്രണ്ടുദിവസം കൊണ്ടു ഞാൻ ഈ *ദേവഗീത* പൂർത്തിയാക്കി. എന്റെ സംരംഭം വിജയകരമായി എന്നെനിക്കഭിമാനമില്ല. എനിക്കു സാധിക്കുന്നതു ഞാൻ ചെയ്തുവെന്നു മാത്രം. സംസ്കൃതപണ്ഡിതന്മാർ ആരെയെങ്കിലും ഞാൻ ഇതു കാണിക്കുകയോ അവരുടെ അഭിപ്രായമറിഞ്ഞു തെറ്റുകൾ തിരുത്തുകയോ ചെയ്തിട്ടില്ല. വ്യാകരണത്തെ സംബന്ധിച്ചിടത്തോളം അറിഞ്ഞും അറിയാതെയും എനിക്ക് പല പിഴകളും പറ്റിപ്പോയിട്ടുണ്ട്. മൂലഗ്രന്ഥത്തിലെ അഞ്ചുശ്ലോകങ്ങൾമാത്രം മലയാളത്തിൽ ഈ രണ്ടു ശ്ലോകങ്ങളാക്കി വിവർത്തനം ചെയ്യുവാനേ സാധിച്ചിട്ടുള്ളൂ. ഈ പരിഭാഷയിൽ പല സ്വാതന്ത്ര്യങ്ങളും എനിക്കെടുക്കേണ്ടതായി വന്നുകൂടി. ഏതായാലും,

Fish that didst outswim the flood;
Tortoise whereon earth hath stood;
Boar! who whith thy tusk held'st high
The world, that mortals might not die;

Lion! who hast gaint's torn;
Dwarf! who laugh'dst a king to scorn;
Sole subduer of the Dreaded!
Slayer of the many headed!

Mighty ploughman! Teacher tender!
Of thine own the sure Defender!
Under all thy ten disguises
Endless praise to thee arises.

എന്നും,

When thou thy Gaint Foe didst seize and rend,
Fierce, fearful, long, and sharp were fang and nail;
Thou who the Lion and the Man didst blend,
Lord of the Universe, hail, Nartsingh, hail!

എന്നും ഉള്ള വിവർത്തനങ്ങൾകൊണ്ട് തൃപ്തിപ്പെടേണ്ട കേരളീയർ,

വേദോദ്ധാരകനായ്, ത്രിലോകവാഹനാ-
യുദ്വിഭ്രഭ്രുചക്രനായ്
ഹാ, ദൈത്യാന്തകനായ്, ബലിപ്രണതനാ-
യക്ഷത്രിയദ്വേഷിയായ്
വൈദേഹിക്കഴൽചേർത്ത രാവണനിടി-
ത്തീയായ്, ഹലാശസ്ത്രനാ-
ഔദാര്യാകരമായ്, ഖളപ്രമഥനാം

വിഷ്ണോ, നമിക്കുന്നു ഞാൻ.

എന്നും,

ആ ഹിരണ്യകശിപുതൻ ലൂന-
ദേഹമാം മത്തഭൃംഗകം
തങ്ങിനില്ക്കും നഖങ്ങൾ മേളിക്കു-
മങ്ങതൻ പാണിപങ്കജം
അപ്രതിമമതുല്ലസിക്കുന്നി-
തദ്ഭുതോഗ്രമായങ്ങനെ!
ജയ, ധൃതനഹരിരൂപ, ഹരേ,
ജയ, കേശവ, ജഗദീശ, ഹരേ!

എന്നും ഉള്ള പരിഭാഷകൾക്ക് അവയിലെന്തൊക്കെ പിഴയുണ്ടായാലും, മാപ്പ് കൊടുക്കാതിരിക്കയില്ലെന്നാശിക്കാം.

ജയദേവമഹാകവിയുടെ കമനീയമായ കലാശില്പത്തെ ഇങ്ങനെ വികൃതപ്പെടുത്തുവാൻ മുതിർന്ന സാഹസത്തിനു വീണ്ടും വീണ്ടും മാപ്പു ചോദിച്ചുകൊണ്ട് ഞാൻ എന്റെ *ദേവഗീത*യെ സഹൃദയന്മാരുടെ മുമ്പിൽ സാദരം സമർപ്പിച്ചുകൊള്ളുന്നു.

ചങ്ങമ്പുഴ കൃഷ്ണപിള്ള